आर्ट ऑफ वार

मराठी अनुवाद

युद्धाची कला

लेखक

सुन त्ज़ू

डायमंड बुक्स

www.diamondbook.in

हे पुस्तक अथवा या पुस्तकाच्या एखाद्या भागाला इलेक्ट्रॉनीक, मॅकॅनिकल, फोटोकॉपी, रिकॉर्डिंग किंवा इतर महिती-संग्रह साधने तसच माध्यमाद्वारे मुद्रित अथवा प्रकाशित करण्याच्या आधी प्रकाशकाची लिखित परवानगी अनिवार्य आहे.

© **प्रकाशकाधीन**

प्रकाशक : डायमंड पॉकेट बुक्स (प्रा.) लि.
X-30, ओखला इंडस्ट्रियल एरिया, फेज- II
नवी दिल्ली- 110020
फोन : 011-40712200
ई-मेल : sales@dpb.in
वेबसाइट : www.diamondbook.in
प्रकाशन : 2022

आर्ट ऑफ वार
Art of War (Marathi Tr.) Yudhdachi Kala
By - Sun Tzu (Translated by T.K. Updeshe)

अनुक्रमणिका

सुन त्जू: एक संक्षिप्त परिचय ०५

१. योजना बनवा ०७

२. युद्धाची तयारी १२

३. कपटपूर्वक आक्रमण १६

४. कुशल व्यवस्थापन २१

५. शक्ती २५

६. कमजोर तसेच मजबूत बिंदू ३०

७. युक्तीपूर्ण युद्ध ३७

८. कार्यनीतिमध्ये विविधता ४३

९. सेन्याचे प्रयाण ४६

१०. भूखंड ५४

११. नऊ परिस्थिती ६१

१२. आगीद्वारा आक्रमण ७२

१३. गुप्तहेरांचा उपयोग ७६

प्रकाशच्या नजरेतून

सुन त्जू यांचा जन्म इ. स. पूर्व ५४४ मध्ये झाला होता. त्यांचे नाव जगभरात मोठ्या आदराने घेतल्या जाते. त्यांनी लिहिलेल्या आर्ट ऑफ वार या पुस्तकातील प्रत्येक शब्दाचा वाचकांवर खोल परिणाम होतो. आर्ट ऑफ वॉर अर्थात युद्धाची कला ही त्यांची अशी कलाकृती आहे, जी संवेदनशीलतेने ओतप्रोत भरलेली आहे. या कलाकृतीचा मुख्य उद्देश हा आहे की जी माणसं आपल्या जीवनात यशस्वी होऊ इच्छितात, त्यांनी या पुस्तकात सांगितलेल्या गोष्टी करायला हव्यात.

मी डायमंड प्रकाशनाचे आभार व्यक्त करतो की त्यांनी मला आर्ट ऑफ वॉर चे मराठीत अनुवाद करण्याची संधी दिली. या कलाकृताचा अनुवाद करताना मला अवर्णनिय आनंद मिळाला. अनुवाद करताना मी या गोष्टीची विशेष काळजी घेतली की अनुवादाची भाषा सरळ आणि सोपी असेल कारण की वाचताना वाचकांचा गोंधळ होऊ नये आणि मनापासून त्यांनी हे पुस्तक वाचावे.

-नरेन्द्र कुमार वर्मा+

nk@dpb.in

सुन त्जू: एक संक्षिप्त परिचय

सुन त्जू पूर्व एशियन महत्त्वपूर्ण ऐतिहासिक लोकांपैकी आहेत. ते एक सैन्य जनरल आणि रणनीतिकार होते, जे प्राचीन चीनमध्ये रहात होते. पारंपारीक इतिहासकारांचे मानणे आहे की, त्यांचा कार्यकाळ ५४४-४९६ ई. पू. होता. सुन त्जू यांचे जन्मनाव सुन वू असं होतं. हे एक प्रसिद्ध नाव आहे, ज्याचा अर्थ आहे, 'मास्टर सुन' आर्ट ऑफ वॉर या पुस्तकासाठी त्यांना जगभर ओळखले जाते. ही एक अमर कलाकृती आहे आणि तिकडच्या साहित्यात तिचे स्वतंत्र अस्तित्त्व आहे.

आर्ट ऑफ वॉर अर्थात 'युद्धाची कला' युद्ध आणि सैन्य रणनीतिवर लिहिण्यात आलेला हा ग्रंथ आहे आणि नेपोलियन, माओ झेंडॉंग, फिडेल कास्त्रो, जोसेफ स्टालीन आणि जनरल डग्लस मॅकेआर्थरने या महान ग्रंथात उल्लेखित महत्त्वपूर्ण बिंदूना असंख्य लढाया आणि संघर्षात आपल्या धोरणाचा आधार बनवले आहे. चीनी सम्राट आणि शासकांनी युद्ध नसण्याच्या काळात या ग्रंथातून धडे घेतले आहेत. सैन्य शास्त्रावर इतके लोकप्रिय आणि व्यापक पद्धतीने कुठेही सांगण्यात आलेले नाही, जितके की आर्ट ऑफमध्ये सांगण्यात आले आहे. सुन त्जू च्या या उत्कृष्ट कलाकृताचा अनेक भाषेत अुनवाद झालेला आहे आणि मागच्या काही शतकात याच्या लाखो प्रती विकल्या गेल्या आहेत.

हे पुस्तक तेरा प्रकरणात विभागून आणि विविध मुद्यावर लिहिण्यात आलेले आहे. यात युद्धाच्या सर्व बाजूंचा विचार मांडण्यात आला आहे. सैन्य रणनीतित सैन्य तैनाताच्या महत्त्वापासून ते गुप्तचरांच्या उपयोगापर्यंत आणि सैनिकांच्या उपचारापासून ते पराभूत करण्यापर्यंत. यात कूटनीति, इतर राज्यासोबत संबंध प्रस्थापित करणे आणि युद्ध टाळण्यासारख्या विषयाचा समावेश करण्यात आलेला आहे.

या प्राचीन ग्रंथाच्या शिक्षणात आज देखील प्रासंगीक म्हणून उपयोगी पडते. पंचवीस शतकापूर्वी हे लिहिण्यात आले होते. कारण यात सांगितलेल्या गोष्टी कोणत्याही क्षेत्रात उपयोगात आणल्या जाऊ शकतात. जिथे प्रतिस्पर्धा सक्रीय आणि तीव्र असेल. उदाहरण सांगायचे झाले तर, जगभरातील व्यापारी नेत्याने आपल्या प्रतिस्पर्ध्यांना मागे टाकून पुढे जाण्यासाठी सुन त्जूंच्या धोरणांचा उपयोग केल्याचे दिसते. वास्तवात, सुनत्जूंच्या अनुयायांनी या संदर्भात पुस्तके लिहिली आहेत की, आजच्या भांडवली आधुनिक बाजाराचा फायदा घेण्यासाठी त्यांच्या सिद्धांताचा कसा उपयोग केल्या जाऊ शकतो. हा ग्रंथ केवळ विद्वान, इतिहासकार आणि प्राच्यपंडीत यांच्यासाठीच उपयोगाचे नाही, तर या सर्वांसाठी महत्वपूर्ण आहे, जे आशिया आणि खास करून चीनच्या इतिहास आणि संस्कृतीमध्ये रूची दाखवतात.

१.

योजना बनवा

१. सुन त्जूने म्हटले-कोणत्याही राज्यासाठी युद्धाची कला अत्यंत महत्त्वपूर्ण आहे.

२. ही जीवन आणि मृत्यूची भानगड आहे कारण की हा किंवा तो सुरक्षेचा मार्ग तयार करतो किंवा बर्बादी. शेवटी हा विषय तपासाचा आहे, ज्याकडे कोणत्याही संदर्भात दुर्लक्षित नाही केल्या जाऊ शकत.

३. युद्धाच्या कलेला पाच स्थायी प्रकारात नियंत्रित करायला हवे, ज्यांना विचार-विमर्श करून लक्षात ठेवायला पाहिजे, ज्यावेळी आपण त्या परिस्थितीला कायम ठेवू इच्छितो, ज्याचा सामना आपल्याला युद्धाच्या मैदानात करायचा असतो.

४. ते पाच प्रकार खालीलप्रमाणे आहेत:

   १. नैतिक नियम

   २. स्वर्ग

7 = आर्ट ऑफ वार = 7

३. धरती

४. सेनानायक

५. प्रणाली तसेच स्वयंशासन

५./६ नैतिक नियम शासक तसेच प्रजेच्या दरम्यान समन्वय कायम ठेवण्यात मदतकारक ठरतात. यामुहेच लोक कोणत्याही सकंटाच्या बाबतीत बेखबर रहातात आणि जीवनाची काळजी न करता त्याचं अनुकरण करतात.

७. स्वर्ग, रात्र आणि दिवस, पाऊसाळा आणि उन्हाळा आणि काळ तसेच ऋतुचे प्रतिक आहे.

८. धरतीमधे लहान किवा माठे अंतर, धोका तसेच सुरक्षा मोकळी मैदानं तसेच अंरूद रस्ते आणि जीवन तसेच मृत्यूची संधी या गोष्टी आहेत.

९. सेनानायक, ज्ञान, ईमानदारी, परोपकार, धाडस आणि कठोरता सारखे गुण अंगी बाळगून खंबीरपणे मैदानात उभा असतो.

१०. प्रणाली तसेच स्वयंशासनाचा अर्थ आहे की आपल्या उपविभागात सेना उभी करणे, अधिकाऱ्यांना त्यांच्या लायकीनुसार पदे बहाल करणे, रस्त्याची देखभाल करणे म्हणजे सैन्यापर्यंत सामग्री पोहचती करता येईल आणि सैन्याच्या खर्चावर लगाम लावणे आदी गोष्टी.

११. प्रत्येक जनरलने वरील पाच प्रकाराचे पालन करायला हवे, जो या गोष्टीचे पालन करील, तो विजयी होईल आणि जो

या गोष्टीचे पालन करणार नाही, तो पराभूत होईल.

१२. म्हणून आपल्या विचार-विमर्शात ज्यावेळी सैन्य परिस्थिती ठरवली जाईल त्यावेळी त्या कारणांना आपल्या तुलनात्मक अभ्यासाचा आधार बनवा.

१३. १. दोन देशापैकी कोणता देश नैतिक नियमांचे पालन करतो?

२. दोन जनरलपैकी कोणत्या जनरलकडे अधिक पात्रता आहे ?

३. स्वर्ग आणि पृथ्वीकडून मिळणारे फायदे कोणाला मिळतील ?

४. कोणाच्या बाजून स्वयंशासन मोठ्या कठारेतेने तसेच योग्य स्वरूपात लागू केले जातात ?

५. कोणाचे सैन्य अधिक शक्तीशाली आहे ?

६. कोणाकडे अधिकारी आणि सैनिक अधिक उच्च प्रशिक्षित आहेत ?

७. कोणाच्या सैन्यात दंड आणि पुरस्कार दिल्यामुळे स्थिरता आहे ?

१४. या सात विचारांच्या माध्यमातून मी विजय किंवा पराभवाचा अंदाज लावू शकतो.

१५. जो जनरल माझा सल्ला ऐकेल आणि त्या नुसार वर्तन करील, तो जिंकेल. अशा जनरलच्या हातात सैन्याचे नियंत्रण दिल्या

जावे. जो जनरल माझा सल्ला ऐकणार नाही आणि त्यानुसार वर्तन करणार नाही, त्याला पराभवाचे तोंड पहावे लागेल आणि अशा जनरलला अजिबात उशीर न करता तात्काळ निलंबित करण्यात यावे.

१६. मी सांगितलेल्या गोष्टीचे अनुकरण करा. आपण आपल्याला सामान्य नियमापेक्षा जास्त आणि बाहेर कोणत्याही मदतकारक ठरणाऱ्या परिस्थितीला वगळून फायदा घ्या.

१७. परिस्थितीप्रमाणे घडत असल्याने, कोणीही एकाने एखादी योजना तयार करायला हवी.

१८. सर्व प्रकारची युद्धसामग्री कपटावर आधारीत असते.

१९. म्हणून ज्यावेळी आपण हल्ला करण्याच्या तयारीत असू त्यावेळी आपण असमर्थ दिसलो पाहिजे. आपल्या शक्तीचा उपयोग करताना आपण निष्क्रीय आहोत असे भासले पाहिजे. आपण शत्रूंच्या जवळ असलो तरी त्यांना दाखवून द्या की तुम्ही त्यांच्यापासून खूप दूर आहात. ज्यावेळी आपण दूर असू त्यावेळी आपण जवळ आहोत असे दाखवून देता आले पाहिजे.

२०. शत्रूला हुलकावणी देण्यासाठी त्याला लालूच दाखवा. शत्रूच्या विभागात अव्यवस्था पैदा करा आणि संधी मिळताच त्याला चिरडून टाका.

२१. सर्व आघाड्यावर तो सुरक्षित आसेल तर सावध रहा आणि जर तो अधिक शक्तीशाली असेल तर त्यापासून बचाव करा.

२२. तुमचा शत्रू जर रागीट स्वभावाचा असेल तर त्याला चिडवण्याचा प्रयत्न करू नका. कमजोर असल्याचं दाखवा. म्हणजे तो घंमेड दाखवेल.

२३. तो जर आराम करीत असेल तर त्याला अराम करून देऊ नका.

२४. त्यावर हल्ला करा, तो गाफील असताना आणि अशावेळी हल्ला करा, ज्यावेळी कोणी अपेक्षा करणार नाही.

२५. विजयात महत्त्वाची भूमिका वठवणाऱ्या या सैनिकी उपकरणाला (नियमांना)गुप्त ठेवायला हवे.

२६. आता जो जनरल एक लढाई जिंकतो, तो आपल्या मन-मंदिरात लढाई लढण्यापुर्वी अनेक माजमाप करतो. एक लढाई पराभूत होणारा जनरल युद्धाचा आढावा घेत नाही. अशाप्रकरे अनेक आढावे यशाच्या दिशने घेऊन जातात आणि कमी आढावा पराभाकडे. हे या गोष्टीवर लक्ष देण्यासाठी आहे की मी त्या लोकांच्या संदर्भात पुर्वानुमान लावू शकतो, कोणाच्या जिंकण्याची किंवा पराभूत होण्याची शक्यता आहे.

२.

युद्धाची तयारी

१. सुन त्जूने म्हटले-युद्ध संचालनात, जिथे अति वेगाने धावणारे एक हजार रथ असतील, अनेक मोठे रथ असतील आणि एक लाख कवचधारी सैनिक असतील, ज्यांच्याकडे पाचशे किलोमिटरपर्यंत जाण्याइतके धन-धन्य नसेल, घरी आणि मैदानात, पाव्हूण्यांच्या मनोरंजनासहित, गोंद आणि पेंट सारख्या छोट्या वस्तू आणि रथ तसेच कवचावर खर्च करण्यात येणाऱ्या रक्कमेसहित दररोज एक हजार औंस चांदीपर्यंत पोहचल्या जाईल. हा एक लाख लोकाचे सैन्य निर्माण करण्याचा खर्च आहे.

२. ज्यावेळी आपण प्रत्यक्ष लढाईत सहभागी होता आणि विजय मिळायला वेळ लागतो, अशावेळी सैनिकांची हत्यारं बोथट होतील आणि त्यांची उर्जा कमी होऊ लागेल. तुम्ही जर एका शहराची नाकेबंदी केली, तर असे करून तुम्ही तुमची शक्ती गमावून बसता.

३.	समजा युद्ध दीर्घ काळ चालले, तर अशा परिस्थितीत राज्याचे संसाधन युद्धावर खर्च करून कमी होऊन जाईल.

४.	ज्यावेळी आपली हत्यारं बोथट होतील, आपली शक्ती नष्ट होण्याच्या मार्गावर असेल, आपल्या तिजोरीत पैसा असणार नाही, तर आसपासची लोक आपल्या या विवशतेचा गैरफायदा घेण्यासाठी पुढे सरसावतील. मग कोणत्याही हुशार व्यक्तीसाठी त्या परिणामांना टाळणे कठीण होणार नाही.

५.	कदाचित आपण युद्ध करण्याची घाई करण्याचा मुर्खपणा केल्याचे ऐकले असेल, परंतु अशाप्रकारे अनेक दिवस युद्ध चालू ठेवणे नुकसानकारक सिद्ध होते.

६.	दीर्घकाळ युद्ध चालू ठेवून फायदा झाल्याचे एकही उदाहरण नाही आहे.

७.	अशी फारच कमी लोक असतात ज्यांना दीर्घकाळ चालू असलेल्या युद्धामुळे होणारे नुकसान समजते आणि दीर्घकाळ चालणाऱ्या युद्धाबद्दल चांगले माहीत असते.

८.	कुशल सैनिक रसद कधी वारंवार मागत नाही, किंवा त्याचा पुरवठा करणारी वाहणं अनेकदा भरली जात नाहीत.

९.	जागेवरूनच युद्धसामग्री सोबत घ्या, परंतु शक्यतो शत्रूचे खाद्य वापरा. अशाप्रकारे सैन्याजवळ आपल्या आवश्यकते इतकी पुरेशी सामग्री असेल.

13 = आर्ट ऑफ वार = 13

१०. दीर्घकाळ युद्धावर खर्च केल्याने राज्याची तिजोरी रिकामी होण्याची शक्यता असते आणि खर्चाची वसूली जनतेकडून करायचे ठरवले जनता वेगवेगळया कराच्या बोजाने खचून जाते.

११. दुसरीकडे सैन्याच्या वाढत्या खर्चामुळे राज्यातील वस्तूच्या किमती वाढतात आणि वाढलेल्या महागाईने लोकांकडील जमापुंजीही संपून जाते.

१२. ज्यावेळी त्यांच्याकडील जमापुंजी संपते, त्यावळी शेतकऱ्यांना अनेक समस्यांना सामोरे जावे लागते.

१३/१४.जमापुंजी सपंल्याने आणि शक्तीहीन झाल्याने घरं रिकामी होतात. आणि त्यांच्या उत्पन्नाचा तिसरा हिस्सा खर्च होऊ लागतो. तिकडे सरकार केवळ तुटलेली रथं, जखमी सैनिक आणि थकलेल घोडे, पडदे आणि हेलमेट, बंदुका आणि गोळया, भाला आणि ढाल, रक्षात्मक तंत्र, घोडागाडी आणि जड वाहनं यावरच खर्च होऊ लागतो.

१५. म्हणून एक बुद्धिमान जनरल आक्रमण करण्याची गोष्ट करतो. शत्रुचा खाद्याने भरलेला एक ट्रक आपल्या वीस ट्रक समान असतो आणि अशाप्रकारे ही गोष्ट शत्रूच्या इतर सामग्रीला देखील लागू होते.

१६. शत्रूला खतम करण्यासाठी आपण आपल्या सैनिकांना क्रोध द्यायला हवा, यामुळे शत्रूला पराभूत करणे सोपे जाते. सैनीकांना यासाठी पुरस्कार देखील मिळू शकतो.

१७. म्हणून रथाच्या युद्धात दहा किंवा अधिक रथ जिंकल्या गेले तर त्या लोकांना पुरस्कार द्यायला हवा, ज्यांनी प्रथम रथांना ताब्यात घेतले. आपण आपले झेंडे शत्रूच्या रथावर लावायला हवेत आणि त्यांच्या रथांना आपल्या रथांमध्ये सहभागी करून त्यांचाही उपयोग केला पाहिजे.

१८. म्हणूनच याला शत्रूवर विजय मिळवून आपली शक्ती वाढवणे म्हणतात.

१९. युद्धामध्ये त्यावेळी उद्देश केवळ विजय मिळवणे असतो, दीर्घकाळ युद्ध करणे हा नाही.

२०. अशाप्रकारे हे माहीत असायला हवे की, सेनाध्यक्ष लोकांच्या नशीबाचा निर्णायक असतो. तो असा व्यक्ती आहे, ज्यावर हे अवलंबून आहे की देशात शांती राहील की संकट.

३.

कपटपूर्वक आक्रमण

१. सुन त्जू म्हणतात-शत्रू देशाला पूर्णपणे आपल्या ताब्यात घेणे व्यावाहारीक युद्धाचे आदर्श उदाहरण आहे, तितके त्या देशाला नष्ट करणे किंवा चिरडून टाकणे ठीक नाही. म्हणून शत्रुचे सर्व सैन्य, रेजिमेंट, तुकडी किंवा कोणत्याही कंपनीला नष्ट न करता ताब्यात घेणे नष्ट करण्याच्या तुलनेत जास्त फायद्याचे असते.

२. म्हणून कोणत्याही युद्धात लढणे आणि जिंकणे उत्कृष्टता नाही आहे. सर्वोच्च उत्कृष्टता तर ती आहे, ज्यावेळी शत्रुला विरोध न करता नामोहरम करणे.

३. अशाप्रकारे श्रेष्ट नेतृत्त्व त्याला म्हणता येईल ज्याला शत्रुच्या योजनांची पूर्ण माहिती असेल. दुसरी श्रेष्टता शत्रुला एकत्र होण्यापासून रोखणे ही आहे. या क्रमामध्ये पुढील श्रेष्टता युद्ध-क्षेत्रात शत्रुच्या सैनिकावर हल्ला करणे आणि सर्वात खराब धोरण म्हणून भिंती असणाऱ्या शहराची घेराबंदी करणे.

४. नियम असा आहे की भिंती असणाऱ्या शहराची घराबंदी करणे ठीक नाही. जर असे करणे शक्य असेल तर तसे करावे. या कामाला सुरक्षात्मक ढाल बनवा, गतिमान शरणस्थळे आणि युद्धाच्या विभिन्न उपकरणाच्या तयारीला तीन महिने लागतील आणि किल्ल्याच्या बाहेरच्या भितीच्या आधारे दगडांची बुरूजं बनवायला आणखी तीन महिने लागतील

५. आपल्या आवेगाला अनियत्रित करण्यास असमर्थ आणारा जनरल ज्यावेळी सैनिकांना आक्रमण करण्याचा आदेश देईल, त्यावेळी त्याचा परिणाम म्हणून त्याची एक तृतिअंश सैन्य संख्या मृत्यूच्या स्वाधीन होईल. तरीपण शहर ताब्यात आलेले नसेल. अशाप्रकारच्या घेराबंदीचा परिणाम विनाशकारी तर होणारच.

६. म्हणून कुशल नेता लढाई न करताचा शत्रुच्या सैनिकांना आपल्या ताब्यात घेतो. तो शत्रुच्या शहराची घेराबंदी न करताच शहर ताब्यात घेतो. तो दीर्घ लढाई न लढताच त्यांचे साम्राज्य खिळखिळे करून टाकतो.

७. आपल्या सैनिकाला वाचविण्यासोबतच तो साम्राज्याचा विवाद संपविण्यात यशस्वी होईल आणि अशाप्रकारे एकाही सैनिकाचा बळी न देता विजयाचा आनंद साजरा करतो. हा कपटपूर्वक हल्ला करण्याचा मार्ग आहे.

८. युद्धाचा हा नियमच आहे की जर शत्रुच्या एका सैनिकाच्या तुलनेत तुमच्याकडे दहा सैनिक असतील तर त्याला घेराव

घाला. परंतु एकाच्या ठिकाणी पाच आहेत तर त्यावर हल्ला करा आणि संखेने ते दोनपट असतील तर आपल्या सैनिकाच्या दोन तुकड्या करा.

९. दोन्ही बाजूचे सैन्य सारखेच असतील तर युद्ध करायला हरकत नाही. संख्या थोडी कमी असेल तर युद्ध टाळल्या जाऊ शकते. आणि शत्रुच्या सैनिकांची कोणतीच बरोबरी करण्यासारखी परिस्थिती नसेल तर स्वतःचा बचाव करणे हाच मार्ग उरतो.

१०. म्हणून संखेने कमी असणाऱ्या सैनिकांच्या मदतीने दुराग्रही लढाई लढल्या जाऊ शकते. परंतु नंतर शत्रुच्या मोठ्या सैन्य तुकडीकडून कोंडीत सापडण्याचा धोका असतो.

११. तसे पाहिले तर जनरल राज्याची ढाल असतात. ढाल मजबूत असेल तर राज्य मजबूत असते. पण ढालच कमजोर असेल तर राज्य देखील कमजोर होईल.

१२. असे तीन मार्ग आहेत, ज्यात एक शासक आपल्या सैनिकांना मृत्यूच्या दाढेत ढकलतो.

१३. सैन्याला आगेकुच करणे किंवा मागे हटणे याची आज्ञा देणे, हे माहीत असताना की काही उपयोग होणार नाही, याला सैन्याला लंगडत चालवणे म्हणतात.

१४. एका सैन्याला अशाप्रकारे संचलित करण्याचा प्रयत्न करणे, जसे एक राज्य चालवले जाते. हे खरे नाही, कारण राज्य चालवणे आणि सैन्याला संचलित करणे एकसमान नाही. असे केल्याने सैन्यात खळबळ माजू शकते.

१५. सेना अधिकाऱ्यांच्या क्षमतेकडे दुर्लक्ष करून त्यांना योग्य ठिकाणावर नियुक्त करणे, ज्यामुळे सैनिकांचा आत्मविश्वास कमी होतो.

१६. परंतु ज्यावेळी सैना अशांत आणि अविश्वासाची शिकार असते त्यावेळी शत्रुकडून अडचणी वाढवणे आलेच. यामुळे सैन्यात अराजकता पैदा होते आणि विजय मिळण्याची शक्यता तर नसतेच.

१७. अशाप्रकारे आपण समजू शकतो की विजयासाठी पाच आवश्यक बाबी खालीलप्रमाणे आहेत.

१. तो जिंकतो ज्याला कधी लढायचं हे माहीत असतं आणि कधी माघार घ्यायची.

२. तो जिकंतो, ज्याला हे माहीत आहे की कसे श्रेष्ट आणि निकृष्ट सैन्याला नियंत्रित करावे लागते.

३. तोच जिकंतो ज्याची सेना सर्व पदावर समान भावनेने संचिलत आहे.

४. तोच जिंकतो, जो स्वतःला तयार करतो आणि शत्रू गाफील असण्याची प्रतिक्षा करतो.

५. तोच जिंकतो, ज्याच्याकडे सैन्य क्षमता आहे आणि ज्याच्या निर्णयात सरकारचा हस्तक्षेप नसतो.

१८. अशाप्रकारे असे म्हणणे की जर तुम्ही शत्रुला ओळखता, आणि स्वतःला ओळखता, तर तुम्हाला शेकडो लढाईच्या परिणामाला घाबरण्याची गरज नाही. जर तुम्ही स्वतःला ओळखता आणि परंतु शत्रुला ओळखत नाही तर मिळालेला विजय जास्त दिवस रहाणार नाही हे लक्षात ठेवा. जर तुम्ही शत्रुला आणि स्वतःला ओळखत नाही तर तुम्हाला प्रत्येक युद्धात पराभवाचा सामना करावा लागेल.

४.

कुशल व्यवस्थापन

१. सुन त्जू म्हणतात-लायक सैनिक प्रथम स्वतः पराभवाच्या प्रत्य्तेक शक्यतेपलिकडे ठेवतात आणि मग शत्रुला पराभूत करण्यासाठी प्रतिक्षा करतात.

२. पराभवाचे तोंड न पहाणे आपल्या हातात आहे. परंतु शत्रुला पराभूत करण्याची संधी शत्रुलाच दिली जाते.

३. अशाप्रकारे सक्षम सेनानायक प्रत्येक पराभवाला दूर ठेवण्यास यशस्वी होतो, परंतु शत्रुला पराभूत करायला ठोस असे काही करत नाही.

४. म्हणून असे म्हणतात-त्याला माहित असायला हवे की युद्ध न करता ही कसे जिंकल्या जाते.

५. पराभवाच्या विरोधात सुरक्षेचा अर्थ आहे रक्षात्मक डावपेच आहे.

६. रक्षात्मक होणे अपर्याप्त शक्तीकडे इशारा करते, तर आक्रमक होणे शक्तीचे प्रदर्शन करणे आहे.

७. जो जनरल, जो रक्षात्मक मुद्रेत कुशल असतो, तो पृथ्वीच्या सर्वात गुप्त ठिकाणी लपून बसतो, तो जो हल्ला करण्यास कुशल आहे, तो स्वर्गाच्या उंचीपेक्षाही जलद गतीने पुढे येतो. अशाप्रकारे आणखी एक स्वतःची सुरक्षा करण्याची क्षमता बाळगतो तर दुसरीकडे एक विजय जो की ठरलेला आहे.

८. विजयाचे स्वप्न त्याचवेळी पहा ज्यावेळी तो सहज आणि आवाक्यात असेल. हे कठीण नाही आहे.

९. जर तुम्ही लढता आणि जिंकता त्यावेळी हे कठीण नसते आणि पूर्ण साम्राज्य 'बहुत बढिया' असेही म्हणत नाही.

१०. पानगळीच्या दिवसात गळून पडलेल्या एखाद्या पानाला उचलून घेणे मोठी कामगिरी नसते. सूर्य आणि चंद्राला पहाणे चांगली नजर असल्याचा पुरावा नसतो, वादळाचा आवाज ऐकणे श्रवणशक्ती चांगली असल्याचे लक्षण ठरत नाही.

११. प्राचीन लोकांचे असे म्हणणे आहे की हुशार सेनानी तो असतो जो केवळ जिंकत नाही तर सहज जिंकतो.

१२. म्हणून अशा विजयाने त्याला ना प्रतिष्ठा मिळते ना त्याच्या धाडसाचे कौतूक होते.

१३. तो एकही चूक न करता आपली लढाई जिंकतो. एकही चूक न करणे इथेच तुमचा विजय निश्चत ठरतो. याचा अर्थ आहे एका शत्रुवर विजय मिळवणे, जो की आधीच पराभूत झालेला आहे.

१४. अशाप्रकारे एक कुशल सेनानी स्वतःला अशा आवस्थेला घेऊन जातो, जो पराभवाला अशक्य बनवतो आणि शत्रुला पराभूत करण्यासाठी तो एकही क्षण वाया घालवत नाही.

१५. असा एक प्रकार आहे की युद्धात विजयी रणनीतिकार विजय प्राप्त केल्यावरच युद्धाची तयारी दाखवतो. त्याउलट तो ज्याच्या नशीबात पराभव आहे, तो पहिल्यांदा लढतो आणि नंतर विजयाची आशा करतो.

१६. उत्कृष्ट नेता नैतिक कायद्याला विकसित करतो आणि मोठ्या कठोरतेने नियम आणि शिस्तीचे पालन करतो. अशाप्रकारे यशाला नियंत्रणात ठेवणे त्याच्या आवाक्यात आहे.

१७. सैन्य पद्धतीच्या संबंधात आपल्याकडे सर्व प्रथम आहे परिमाण, दुसरा प्रमाणाचे अंदाज, तिसरी गणना, चवथे संधीचे संतुलन, पाचवा विजय.

१८. परिमाण ऋणी असतो पृथ्वीच्या अस्तित्त्वाचा, परिमाणासाठी प्रमाणाचे अनुमान, गणन प्रमाणाच्या अनुमानाची, गणनेच्या संतुलन आणि संधीच्या संतुलनाचा विजय.

१९. एक विजयी सेना पराजित सेनेच्या उलट त्याप्रमाणे आहे, ज्याप्रमाणे कोणत्याही तराजूत एक पाउंड वजनाला एका दाण्याबरोबर ठेवल्या जाते.

२०. एक विजयी सेनेचं वागणं अगदी त्याप्रमाणे असते, ज्याप्रमाणे एखाद्या तलावात अडवलेलं पाणि वेगाने वाहू लागतं.

५.

शक्ती

१. सुन त्जू म्हणतात-एका मोठ्या सैन्यावर नियत्रण मिळविण्याचा देखील तोच सिद्धांत आहे, जो की काही लोकांवर विजय मिळविण्याचा आहे. हा केवळ त्यांच्या संख्येला विभाजित करण्याचा प्रश्न आहे.

२. आपल्या आज्ञानुसार एका मोठ्या सैन्यासोबत लढणे हे कमी सैन्यासोबत लढण्यापैक्षा वेगळे आहे. हा केवळ चिन्ह आणि संकेतांना प्रस्थापित करण्याचा प्रश्न आहे.

३. हे ठरविण्यासाठी की आपला सगळा लवाजमा शत्रुच्या हल्याचा परिणाम भागू शकतो आणि संकटात सापडेल- हा युद्धाभ्यास प्रत्यक्ष आणि अप्रत्यक्ष स्वरूपात प्रभावीत होतो.

४. आपल्या सैन्याचा मुकाबला असा व्हायला हवा की जणू अंडे दगडावर आदळले आहे. हे कमजोर आणि मजबूत दोन्ही मुद्दे विज्ञानाकडून ठरलेले आहेत.

५. सर्व लढाईत प्रत्यक्ष पद्धतीचा उपयोग लढाईत सहभागी होण्यासाठी केल्या जाऊ शकतो, परंतु विजय प्राप्त करण्यासाठी अप्रत्यक्ष पद्धतीची आवश्यकता असेल.

६. कुशलतेने लागू केलेली अप्रत्यक्ष रणनीति स्वर्ग आणि पृथ्वीप्रमाणे अतूट आहेत, कधीही न संपणारी नदी आणि प्रवाहाप्रमाणे, सूर्य आणि चंद्रमाप्रमाणे, ते समाप्त होतात, परंतु पुन्हा नव्याने शुरूवात होते, चार ऋतूप्रमाणे, ते पुन्हा एकदा परत येण्यासाठी निघून जातात.

७. पाचपेक्षा जास्त संगीत स्वर नाही आहेत, तरीपण या पाच पेक्षा अधिक स्वरांना जन्म दिल्या जाऊ शकतो, ज्यांना कधीही ऐकल्या जाऊ शकते.

८. पाचपेक्षा जास्त रंग (निळा, पिवळा, लाल, पांढरा आणि काळा) नाहीत. तरीपण एकमेकासोबत संयोग करून अधिक रंगाची निर्मिती केल्या जाते.

९. पाचपेक्षा कार्डिनल स्वाद(खारट, तिखट, गोड, आंबट, कडू) नसतात. तरीपण आपण यांचा संयोग करून अधिक चव तयार करतो. ज्यांची चव कधीही घेतल्या जाऊ शकते.

१०. लढाईत आक्रमण करण्याच्या दोन पद्धतीपेक्षा वेगळया पद्धती नाहीत. प्रत्यक्ष आणि अप्रत्यक्ष. तरीपण या दोन्हीचा मधला मार्ग काढत अनेक पद्धती निर्माण केल्या जाऊ शकतात.

११. प्रत्यक्ष आणि अप्रत्यक्ष स्वरूपात आळीपाळीने एक दुसऱ्याचे नेतृत्त्व करतात. हे एका वर्तूळात जाण्यासारखे आहे. तुम्ही कधीही शेवटाकडे जात नाहीत. कोन त्यांच्या संयोगाच्या शक्यतेचा शेवट करू शकतं ?

१२. सैनिकांची शुरूवात त्या वादळाप्रमाणे असते. जो आपल्या मार्गात येणाऱ्या कसल्याही अडथळयांना दूर करतो.

१३. निर्णयाची गुणवत्ता एका घार पक्षाच्या निर्णयासारखी असते, जो तिला आपल्या शिकारीवर आक्रमण करण्यासाठी आणि नष्ट करण्यासाठी सक्षम बनवते.

१४. म्हणून उत्कृष्ट सेनानी आपल्या शुरूवातीला भयंकर असतो आणि आपल्या निर्णयात घाई करतो.

१५. उर्जेची तुलना धनुष्याच्या वळणदार होण्याच्या क्रियेसोबत करू शकतो. परंतु निर्णय तर बाण सोडल्यावरच घेता येईल.

१६. उलथा-पालथ आणि लढाई झगडे या दरम्यान अव्यवस्था उत्पन्न होऊ शकते, तरीपण ही काही वास्तवीक अव्यवस्था नसते. भ्रम आणि अराजकता यामध्ये आपण कसल्याही विजय पराभवाचे सुव्यस्थित बनून रहा. तरी पण हा पराभवाच्या विरोधातला पुरावा ठरेल.

१७. नकली आजार पूर्ण अनुशासनाचा अनुकरण करते, नकली

भीती धाडसाचे अनुकरण करते, नकली कमजोरी शक्तीला प्रोत्साहन देते.

१८. अव्यस्थित प्रकरणांच्या अंर्तगत गोपनीय व्यवस्था केवळ उपखंडाचा प्रश्न आहे. सामायिकतेच्या एका प्रदर्शनानुसार धाडसाला लपवून ठेवणे अव्यक्त उर्जेचा एक कोष निर्धारीत करते. मुखवटा चढवून कमजोरी युक्तीपूर्ण व्यवस्थापनाने प्रभावीत होते.

१९. अशाप्रकारे जो शत्रुला गतीमान करण्यात निपुण आहे, तो कपटी दिखावा कायम ठेवतो, ज्यानुसार शत्रू प्रतिक्रया देतो. तो काही गोष्टीचा त्याग करतो, ज्या शत्रू हिसकावून घेईन.

२०. चारा टाकून तो आगेकुच करतो, नंतर निवडक सैनिकासोबत तो त्यावर आक्रमण करतो.

२१. चालाख योद्धा संयुक्त उर्जेच्या प्रभावाला पहातो आणि त्याला व्यक्ती विशेषची काही जास्त आवश्यकता नसते. म्हणून त्याची योग्यता योग्य लोकांची निवड करणे आणि संयुक्त उर्जेचा उपयोग करणे आहे.

२२. ज्यावेळी तो संयुक्त उर्जेचा उपयोग करतो, त्यावेळी त्याचे सैनिक असे बनतात, जसे ठोकळा किंवा पत्थर, कारण की ठोकळा किंवा दगडाची प्रकृती अशी असते की ते सपाट

मैदानात आणि ओघळीमध्ये गतीहीन बनतात. आणि जर ठोकळा आहे तर, कोठेही थांबेल आणि गोल असेल तर तो प्रवाहासोबत वहात जाईल.

२ ३. अशाप्रकारे चांगल्या सैनिकाद्वारा पैदा करण्यात आलेली उर्जा त्या गोल पत्थराच्या गतीसमान आहे, जो हजारो फीट उंचीवरून खाली पडण्याच्या दरम्यान पैदा होते. उर्जेच्या संदर्भात इतके सांगणे पुरेसे आहे.

६.

कमजोर तसेच मजबूत बिंदू

१. सुन त्जूने म्हटले आहे-जो कोणी मैदानात असेल आणि शत्रुच्या आगमनाची प्रतिक्षा करील, तो लढाईसाठी तयार असेल. जो कोणी मैदानात उशीरा आगमन करील आणि घाई करील तो लढाईमध्ये थकून जाईल.

२. म्हणून चालाख योद्धा आपली इच्छा शत्रुच्या माथी मारतो, परंतु शत्रुची इच्छेला आपल्यावर लादण्याची अनुमती देत नाही.

३. शत्रुचा फायदा करून तो शत्रुला आपल्यानुसार दृष्टिकोणाचे कारण देत असेल किंवा नुकसान करून तो शत्रुला अशक्य करून टाकत असेल की शत्रू त्याच्या जवळ येऊ शकेल.

४. समजा शत्रू त्याला काहीच समजू लागला नाही, तर तो त्याला परेशान करू शकतो, त्याला जर भोजन सामग्री पुरेशाप्रमाणात पुरवली तर तो त्याला उपाशी ठेवू शकतो.

30 = आर्ट ऑफ वार

त्याला जर गाफीलपणे घेरल्या गेले तर तो हालचाल करायला विवश करू शकतो.

५. तो त्या जागेवर प्रकट होतो, ज्या ठिकाणी शत्रू प्रतिरोध करीत नाही, त्या ठिकाणी जोरदार हल्ला करतो, जिथे आपल्याला अपेक्षा नसते.

६. एक सेना कसलाही तणाव नसताना एक मोठे अंतर पार करू शकते, शत्रू नसलेल्या आपल्याच देशात ती असं करू शकते.

७. आपण आपल्या आक्रमणात यश मिळणे नक्की करू शकता, तुम्ही जर केवळ त्या ठिकाणी हल्ला करीत असाल, जो आरक्षित नाही. आपण आपल्या बचावाची सुरक्षा केवळ त्या स्थितीत पक्की करू शकता, ज्यात हल्ला केल्या जाऊ शकत नाही.

८. म्हणून तोच जनरल आक्रमणसाठी निपुन आहे, ज्याचा विरोधी गाफील असतो की कोणाचा बचाव करायचा आहे आणि तोच सुरक्षेत निपुण आहे, ज्याचा विरोधक गाफील आहे की कोणावर आक्रमण करायचे आहे.

९. हे विलक्षणता आणि गोपनीयतेची दिव्य कला ! तुमच्या माध्यमातून आम्ही अदृष्य होणे शिकतो, तुमच्या द्वारेच अश्रव्य होणे आणि म्हणून आम्ही आपल्या हातात शत्रुच्या नशीबाला पकडू शकतो.

31 = आर्ट ऑफ वार = 31

१०. समजा तुम्ही शत्रुच्या कमजारे नसा ओळखून आहात, तर तुम्ही चढाई कायम ठेवून अगदीच अप्रतिरोधक होऊ शकता. तुमची हालचाल शत्रुच्या तुलनेत अधिक गतीमान आहे तर तुम्ही रिटायर होऊ शकता आणि सुरक्षित राहू शकता.

११. आपण जर लढू इच्छितो तर शत्रूला एक उच्च प्राचीन आणि खोल खाईच्या मागे देखील आश्रय घ्यायला मजबूर केल्या जाऊ शकते. फक्त आपल्याला जे करण्याची गरज आहे, ते आहे दुसऱ्या ठिकाणी हल्ला करणे ज्यामुळे त्याचे लक्ष तिकडे वेधल्या जाईल.

१२. आपल्याला युद्ध टाळायचे असेल, तर शत्रुला आपण गोधळून जाण्यापासून रोखू शकतो. मग आपल्या आक्रमणाची रेषा जमीनीवर ओढल्या जाणार असेल. आपल्याला जे करायचं आहे, ते हे आहे की आपल्याला त्याच्या मार्गात केवळ काही विचित्र आणि अनाकलनीय अडथळे निर्माण करण्याची गरज आहे.

१३. शत्रुचा स्वभाव ओळखून आणि स्वतःला अदृष्य ठेवण्याची सोय करून आपण आपल्या शक्तीला केंद्रित ठेवू शकतो. म्हणजे शत्रूला काय करावं ते समजणार नाही.

१४. आपण एका संयुक्त शरीराचे निर्माण करू शकतो, पण शत्रुला विभजित करून, म्हणजे संयुक्तपणे विभाजित तुकड्याच्या विरोधात काहीतरी करता येईल, याचा अर्थ आहे की आपण शत्रुसाठी पुरेशे आहोत.

१५. आणि जर आपण याप्रकारे एक जोरदार शक्तीसहीत एक हल्ला करण्यास सक्षम आहोत तर आपले विरोधी फारच तणावात येतील.

१६. ज्या ठिकाणी आपण लढण्याची इच्छा बाळगतो, त्या ठिकाणाबद्दल कोणाला माहीत असायला नको आहे. त्यावेळी शत्रुला त्याच्या अनेक वेगवेगळया ठिकाणी हल्ल्याची शक्यतेच्या विरोधात तयार करायला हवं आणि त्याची सेना अनेक दिशेने विभाजित होऊन जाईल. ती संख्या जिचा आपल्याला सामना करावा लागेल, ती प्रमाणात कमी असेल.

१७. ज्यावेळी शत्रू आपल्या अग्र भागाला मजबूत करील, तो आपल्या मागच्या भागाला कमकुवत करील. ज्यावेळी तो आपल्या मागच्या भागाला मजबूत करील, त्यावेळी तो त्याचा अग्रभाग कमकुवत होईल. ज्यावेळी तो आपली डावी बाजू मजबूत करील, त्यावेळी त्याची उजवी बाजू कमकुवत होईल. ज्यावेळी तो आपली उजवी बाजू कमकुवत करील त्यावेळी त्याची डावी बाजू मजबूत होईल. तो प्रत्येक ठिकाणी सैन्याची मदत घेणार असेल तर तो त्या ठिकाणी मजबूत होईल.

१८. भावी आक्रमणाच्या विरोधात सावधानीच्या आवस्थेत राहिल्याने संख्यात्मक कमजोरी येते. संख्यात्मक शक्ती, आपल्या विरोधकाला विवश करण्यापासून आपल्या विरोधात तयारी करेपर्यंत.

१९. होणाऱ्या युद्धाचे ठिकाण आणि वेळ समजल्यानंर आपण दूरवरूनही युद्ध करण्याची योजना तयार करू शकतो.

२०. परंतु जर वेळ आणि ठिकाणही माहीत नसेल, तर सैन्याची उजवी बाजू डाव्या बाजूला मदत करायला असमर्थ ठरेल. अगदी याप्रमाणे उजव्या बाजूचे सैन्य डाव्या बाजूच्या सैन्याला मदत करायला असमर्थ ठरतील किंवा मागचा सैन्यविभाग समोरच्या सैन्य विभागाला मदत कराला असर्थ ठरेल. अशावेळी काय होईल, जर सैन्याचा पुढील भाग शेकडो किलोमीटर इतक्या अंतरावर आहे आणि मागचा सैन्य विभाग तसाच कितीतरी किलोमीटर मागे.

२१. असे असले तरी माझ्या अंदाजानुसार शत्रुचे सैनिक आपल्या संख्येपेक्षा अधिक आहेत, ज्यामुळे त्यांना विजयाच्या संदर्भात काही फायदा होणार नाही. मी सांगतो की त्यावेळी विजय मिळवला जाऊ शकतो.

२२. पण शत्रू संख्येने अधिक असेल, तरीपण आपण त्यांना युद्ध करण्यापासून रोखू शकतो. योजना तयार करा म्हणजे यशस्वी होण्याच्या शक्यतेचा शोध घेतल्या जाऊ शकेल.

२३. त्याला उत्तेजित करा आणि त्याची गतिविधी किंवा निष्क्रियतेची स्थिती समजून घ्या. त्याला स्वतःला व्यक्त व्हायला विवश करा. म्हणजे त्याच्या कमजारीचा अंदाज येईल.

34 = आर्ट ऑफ वार

२४. आपल्या सैन्याची तुलना शत्रुच्या सैन्यासोबत करताना जरा काळजीपूर्वक करा, म्हणजे कोणाकडे किती सामर्थ्य आहे आणि कोणाकडे कमी आहे.

२५. युक्तीपूर्ण व्यवस्थापन करताना तुम्ही ज्या वरच्या पातळीला गाठणार आहात, ती जाहीर होऊ देऊ नका. आपले व्यवस्थापन उघड होऊ देऊ नका आणि अशाप्रकारे आपण शत्रूकडील गुप्तहेरांच्या हालचालीपासून स्वतःला वाचवू शकतो.

२६. शत्रुच्या डावपेचाला उधळून विजय कसा मिळवला जाऊ शकतो, ते हे आहे जे मोठ्या संख्येने लोकांच्या लक्षात येत नाही.

२७. सर्व लोक त्या डावपेचाला पाहू शकतात, ज्यामुळे आपण जिंकतो,   परंतु ज्याला कोणीही पाहू शकत नाही, ते आहेत डावपेच, जे की शत्रुच्या विनाशासाठी तयार केले जाते.

२८. एकच धोरण सगळीकडे पुन्हा पुन्हा अमलात आणू नका ज्यामुळे तुम्हाला यश मिळाले आहे, परंतु धोरण तर वेगवेगळ्या आणि विशिष्ट परिस्थितीत जन्माला आलेले असते.

२९. सैन्य धोरण पाण्याप्रमाणे असते, पाणि त्याच्या गुणधर्मानुसार वरून खाली वहात असते.

35 = आर्ट ऑफ वार = 35

३०. अशाप्रकारे युद्धात जो कोणी मजबूत आहे, त्यापासून सावध रहा आणि जो कमजोर आहे, त्यावर हल्ला करा.

३१. पाणि स्वतःला जमिनीच्या आकाराप्रमाणे बदलून घेते, ज्यावरून ते वहात असते. सैनिक आपल्या शत्रुच्या विरोधात विजयी होतात, ज्याचा ते सामना करीत आहे.

३२. जसा पाण्याला कसलाही आकार नसतो, तसा युद्धासाठीही निश्चित असे धोरण आणि स्थिती नसते.

३३. तो जो आपल्या शत्रुच्या संदर्भात आपले धोरण ठरवतो आणि ज्यामुळे जिंकण्यास यशस्वी होतो. त्याला दिव्य नायक म्हटल्या जाऊ शकते.

३४. पाच तत्त्व(जल, अग्नि, लाकूड, धातू, पृथ्वी) नेहमी प्रबळ असत नाहीत. चार ऋतू आळीपाळीने एकमेकांसाठी जागा करून देतात. दिवस लहान माठे असतात आणि चंद्राचा आकार बदलणे सतत चालू असते.

७.

युक्तीपूर्ण युद्ध

१. सुन त्जूने म्हटले आहे-युद्धात सेनापती आपली शक्ती राज्याद्वारे प्राप्त करतो.

२. सैन्याला एकत्र करून आणि त्याला त्या सैन्यावर नजर ठेवून, त्याने आपली छावणी सोडण्यापुर्वी वेगवेगळया विभागासोबत ताळमेळ घालायला हवा.

३. त्यानंतर क्रम येतो युक्तीपूर्ण युद्धाचा, ज्यापेक्षा कठीण काहीच नसते. युक्तीपूर्ण कठीण युद्धात कुटील धोरणाला प्रत्यक्षात आणले जाते. आणि दुर्देवाला दैवात रूपांतरीत केल्या जाते.

४. अशाप्रकारे एक दीर्घ रस्त्यावरून चालणे आणि शत्रुला दुसऱ्याच मार्गाने भटकंती करायला भाग पाडणे आणि मग त्याचा पाठलाग करणे, हे सगळं विचलीत करण्याच्या कलेत येतं.

५. सैन्यासोबत युद्धाचा अभ्यास करणे फायदेशीर ठरते. पण शिस्त नसलेल्या सैन्यासोबत असे करणे नुकसानकारक ठरते.

६. तुम्ही जर एका सुसज्ज सैन्यासोबत मार्च करीत असाल, तर शक्यता आहे की तिथे पोहचण्यासाठी तुम्हाला उशीर होऊ शकतो. दुसरीकडे अपुऱ्या सैनिकाच्या तुकड्यांना पाठवले गेले तर शक्यता आहे की त्यांची सामग्री आणि भांडार मागे राहू शकतं.

७. अशाप्रकारे तुम्ही तुमच्या लोकांना नट्टा पट्टा करून चालण्याचा आदेश देणार असाल आणि रात्री किंवा दिवसा थांबत नसाल, तर क्षमतेपेक्षा दोनपट अंतर आणि शेकडो किलोमीटर चालत जाण्याचा धोका पत्कारता, तर तुमचे तीनही सेनानायक शत्रुच्या तावडीत सापडण्याची शक्यता आहे.

८. माणसं जितके मजबूत असतील, ते सर्वांत पुढे असतील आणि थकलेले असतील आणि या योजनेनुसार आपल्या सैन्याचा दहावा भागच उद्दिष्टापर्यंत पोहचेल.

९. तुम्ही जर शत्रुला धडा शिकवण्यासाठी पन्नास किलोमीटर मार्च केला तर तुम्ही पहिल्या भागाच्या नायकाला गमावून बसाल आणि केवळ अर्धे सैन्यच उद्दिष्टापर्यंत पोहचू शकेल.

१०. तुम्ही जर समान उद्दिष्ट ठेवून तीस किलोमीटर आगेकुच करीत आहात, तुर तुमच्या सैन्याचा दोन तृतांश भागच उद्दिष्टापर्यंत पोहचू शकेल.

११. आपण यामधून असे समजतो की, सैन्य आपल्या सैन्य-सज्जता नसल्याने पराभूत होईल, खाद्य सामग्रीच्या अभावापोटी पराभूत होईल. रसद तोडल्याने पराभूत होईल.

१२. जोपर्यंत आपण आपल्या सहकार्यांच्या व्यवहार पहात नाहीत, तोपर्यंत आपण तडजोड नाही करू शकत.

१३. आपण तोपर्यंत सैन्याचे नेतृत्त्व करण्यास उपयोगगाचे नाहीत, जोपर्यंत आपण त्या देशाची पहाडं आणि जंगलं, त्याचे नुकसान आणि हानी, त्याची दलदल याची माहिती मिळत नाही.

१४. जोपर्यंत आपण स्थानीक पथ-प्रदर्शनाचा उपयोग नाही करणार, तोपर्यंत आपण आपल्या विभागाचा स्वभावीक फायदा नाही करून देणार.

१५. युद्धात आपण आपल्या वास्तवीक भावनेला लपवून ठेवा त्यावेळीच तुम्ही यशस्वी व्हाल.

१६. आपल्या सैन्याला एकजूट करून ठेवा किंवा विभाजीत करून, हे परिस्थितीवर अवलंबून आहे.

१७. आपला वेग हवेप्रमाणे असला पाहिजे आणि संघटन जगलाप्रमाणे.

१८. छापेमारी आणि लूटीत आगीप्रमाणे असायला हवं, पहाडाची अचलता जशी आहे.

१९. आपल्या योजनेला गुप्त आणि रात्रीच्या वेळी बनवा आणि ज्यावेळी तुम्ही आगेकुच कराल त्यावेळी वीजेप्राणे असा.

२०. ज्यावेळी तुम्ही एखाद्या ग्रामीण विभागाला लुटता, तर

लुटीला आपल्या लोकांत विभाजीत करा आणि नव्या विभागाला ताब्यात घेत असाल तर सैनिकांच्या फयद्यासाठी त्यांच्यात विभागणी करा.

२१. एक हालचाल करण्यापुर्वी चिंतन मनन करा.

२२. त्यालाच विजय मिळेल ज्याने खडतर मार्गावरून चालण्याची कला शिकली आहे. हीच आहे युक्तीपूर्ण युद्धाची कला.

२३. सैन्य व्यवस्थापनाचे पुस्तक सांगते की, लढाईच्या क्षेत्रात सांगण्यात आलेले शब्द फार दूर ऐकू येत नाहीत. म्हणून गोंग आणि ड्रम याची गरज असते. शिवाय दूरपर्यंत पाहिल्या जाऊ शकत नाही. म्हणून बॅनर आणि झेंड्याची गरज असते.

२४. गोंग आणि ड्रम, बॅनर आणि झेंडे अशी साधनं आहेत, ज्याद्वारे शत्रुची कानं आणि डोळे विशिष्ट ठिकाणापर्यंत रोखल्या जाऊ शकतात.

२५. शत्रू अशप्रकारे एक चिन्ह निर्माण करतो ज्यामळे हे अशक्य होतं की बहाद्दूर एकटा आगेकुच करील किंवा भित्रे एकटे मागे हटतील. हा पुरूषांच्या एका मोठ्या विभागाला संभाळण्याची एक कला आहे.

२६. रात्रीच्या युद्धात मग सिग्नल फायर आणि ड्रमचा अधिक उपयोग करा आणि दिवसा झेंडे आणि बॅनरचा उपयोग आपल्या सैन्याला मार्ग दाखविण्यासाठी करा.

२७. सर्व सैन्य मनाने खचून जाऊ शकतं. एका कमाडंर-इन-चीफला थकवा येऊ शकतो.

२८. सैनिकाचा उत्साह सकाळी खूप जोशपूर्ण असतो, दुपारपर्यंत तो कमी होऊ लागतो आणि संध्याकाळी तो मनातून खचत चाललेला असतो.

२९. एक चालाख जनरल आपल्या सैन्याला पुढे घेऊन जात नाही कारण सैन्याचा उत्साह कमी होण्यापुर्वीच त्याला आक्रमण करायचे असते. तिकडे ज्यावेळी शत्रुचे सैन्य सुस्त आवस्थेत असतं आणि परतण्यासाठी उतावीळ असतं. यालाच तर मनोदशेचा अभ्यास करणे असं म्हणतात.

३०. स्वयंशासित होऊन आणि शांततापूर्वक, शत्रुच्या छावणीत अव्यवस्था आणि गोंधळ पैदा करण्याची प्रतिक्षा करा. याला आत्म-अधिपत्य कायम ठेवण्याची कला म्हणतात.

३१. उद्दिष्टाच्या जवळ असणे, याउलट शत्रू दूर असणे, प्रतिक्षा करा. त्याचवेळी शत्रू मेहनत आणि संघर्ष करीत असेल, शत्रू उपाशी असण्याच्या काळात आपल्या सैनिकाची पोटं भरलेली असणे, यालाच तर फायद्याचे व्यवस्थापन करणं म्हणतात.

३२. शत्रुला मध्येच थांबवून शांत आणि आत्मविश्वासने त्यांच्या सैन्यावर हल्ला करणे टाळले पाहिजे. परिस्थितीचा अभ्यास करण्याची कला म्हणतात याला.

३३. हे एका सेनेचे स्वयंसिद्ध वक्तव्य आहे की त्या शत्रुच्या

विरोधात लढू नका, जो उंचीवर आहे आणि त्या शत्रुच्या विरोधातही लढू नका, जो खाली येऊ लागलेला आहे.

३४. त्या शत्रुचा पाठलाग करू नका, जो लढाइचे मैदान सोडून पळू लागला आहे. त्या सैन्यावर हल्ला करू नका, ज्याने गुडघे टेकले आहेत.

३५. शत्रुने उपलब्ध केलेला चारा खाऊ नका, घरी निघालेल्या सैनिकांमध्ये हस्तक्षेप करू नका.

३६. ज्यावेळी तुम्ही एक सैन्याला घेरता, त्यावेळी त्यांना पळून जाण्यासाठी एक मार्ग मोकळा ठेवा. निराश सैनिकांना अधिक दाबून ठेवू नका.

३७. हीच तर युद्धाची कला आहे.

८.

कार्यनीतिमध्ये विविधता

१. सुन त्जू म्हणतात-युद्धात जनरल आपल्या शक्तीच्या जोरावर पाहिजे तसं करून घेतात, आपल्या सैन्याला एकत्र करतो आणि आपल्या सैन्यावर लक्ष केंद्रीत करतो.

२. देश ज्यावेळी अडचणीत असेल तर घेराबंदी करू नका. देशातील महामार्ग जसे कोठेतरी एका ठिकाणी एकमेकांना भेदून जातात त्याप्रमाणे शत्रुसोबत हातमिळवणी करा. वाईट प्रसंगी वेगवेगळे राहू नका. घेराव झालेल्या स्थितीत स्वतःला चलाखीने वाचवा. हताश स्थितीत तुम्हाला लढावे लागेल.

३. असे मार्ग आहेत, ज्याचे पालन नाही करायला पाहिजे. अशी सेना आहे, ज्याच्यावर हल्ला नाही करायला पाहिजे. असे ठिकाण आहेत, ज्यांना घेराबंदी नाही केली पाहिजे. अशी परिस्थिती आहे, त्यावर तर्क नाही केला पाहिजे. राज्याचे असे अदेश असतात, ज्याचे पालन नाही केले पाहिजे.

४. तो जनरल, जो रणनीतिच्या बदलासोबत होणारे फायदे चांगल्याप्रकारे समजतो की आपल्या सैनिकांना कसे नियंत्रित करायचे.

43 = आर्ट ऑफ वार = 43

५. तो जनरल, ज्याला हे माहीत नाही की, तो देशाच्या विन्याससोबत चांगला परिचित असू शकतो, तरीपण तो आपल्या ज्ञानाचा उपयोग नाही करू शकणार.

६. म्हणून युद्धाचे विद्यार्थी, जे युद्धाच्या कलेत आपल्या योजनेला बदलण्यास अव्यवहारीक आहेत, मग त्यांना पाच फायदे माहीत असले तरी, ते त्यांच्याकडील लोकांचा उपयोग करून घेण्यास यशस्वी होणार नाहीत.

७. म्हणून बुद्धिमान नेता योजना तयार करताना फायदा आणि नुकसान याचा विचार एकत्रच करतो.

८. अशाप्रकारे फायद्याची शक्यता पाहिली तर आपण आपल्या योजनेच्या आवश्यक भागाला पूर्ण करण्यास यशस्वी होऊ शकतो.

९. दुसरीकडे संकटाच्या काळातही आपण नेहमी एखादा फायदा घेण्यासाठी तयार असाल, तर आपण स्वतःला दुर्देवामधून बाहेर काढू शकता.

१०. शत्रुतापूर्ण प्रमुखांच्या कारवाया मधील नुकसान कमी करून मर्यादित करा आणि त्यासाठी संकटं उभी करा आणि सतत व्यस्त ठेवा. विशिष्ट विभागणीला रोखा आणि त्यांनी तिकडेच व्यस्त रहावे असे करा.

११. युद्धाच्या कलेत आपल्याला शत्रुच्या न येण्याच्या शक्यतेवर विश्वास करायला शिकवलं जातं, त्याच्या सोबत तात्काळ

44 = आर्ट ऑफ वार

युद्ध करायला नाही. तो हल्ला करण्याच्या वेळेवर नाही की तो हल्ला करणार नाही, तर हे शिकवलं जात की आपली स्थिती कशी कायम ठेवू शकू की **अबाधीत** होईल.

१२. पाच खतरनाक दोष आहेत, जे एका जनरलला प्रभावीत करू शकतात.

१. बेजबाबदारी, जी विनाशाकडे घेऊन जाते.

२. भेकडपणा, ज्यामुळे ताबा मिळवला जातो.

३. तो रागीट स्वभाव, जो अपमानामुळे जाग्रत होतो.

४. सन्मानित विनम्रता, जी लज्जेच्या संदर्भात संवेदनशील असते.

५. आपल्या पुरूषांचे अधिकाधिक लक्ष ठेवणे, ज्यामुळे चिंता आणि परेशानी पैदा निर्माण होते.

१३. कोणत्याही जनरलला जखम देणारी आणि बर्बाद करणाऱ्या पाच मोठ्या चुका आहेत, ज्या युद्धाच्या संचालनासाठी नुकसानकारक आहेत.

१४. ज्यावेळी एका सैन्याला पराभूत केले जाते आणि त्याच्या सेनापतीला ठार केल्या जाते, तर त्याचं कारण निश्चितच या पाच मोठ्या चुकापैकी एक असू शकते. त्याकडे काळजीपूर्वक लक्ष देण्याची गरज आहे.

45 = आर्ट ऑफ वार = 45

९.

सेन्याचे प्रयाण

१. सुन त्जूने म्हटले आहे-आता आपण सेन्याला घेरणे आणि शत्रुच्या संकेतांना पाहण्याच्या प्रश्नावर येऊ. पहाडावरून लवकर निघून जा आणि खोऱ्याच्या जवळ रहा.

२. उन्हाचा सामना करण्यासाठी उंच ठिकाणी शिबिरं उभी करा. लढण्यासाठी उंच ठिकणी चढू नका. पहाडातील लढाईसाठी हे करणे गरजेचे आहे.

३. कोणतीही नदी ओलांडल्यानंतर तुम्ही फार दूर निघून जायला हवं.

४. ज्यावेळी एका हल्ला करणारी तुकडी नदी ओलांडून पुढे आगेकुच करते. तर नदी आणि ती तुकडी यामधे सापडू नका. आधी सैन्याला नदी ओलांडू द्या. हे चांगले होईल की त्यांच्यावर पुन्हा हल्ला करावा.

५. तुम्ही जर लढायला उत्सुक आहात, तर तुम्ही नदीच्या

जवळ त्याच्यासोबत लढण्यासाठी जाऊ नका, जी नदी शत्रुला ओलांडायची आहे.

६. उन्हाचा सामना करीत आपल्या सैन्याला शत्रुपेक्षा जास्त उंचीवर ठेवा. शत्रुला भेटण्यासाठी कधीही नदीची प्रवाह ओलाडून जाऊ नका. नदीमध्ये युद्ध करण्यासाठी इतके पुरेसे आहे.

७. दलदल ओलांडून जाताना आपल्याला एकाच गोष्टीची चिंता असली पाहिजे की अजिबात वेळ न घालवता नदी कशी ओलाडायची.

८. दलदलीमधे लढण्यासाठी विवश केले जात असेल तर आपल्याजवळ पाणि आणि घास असायला हवा. आणि आपल्या मागे झाडे झुडपे देखील. दलदलीत युद्धाचा सामना करण्यासाठी इतके पुरेसे आहे.

९. कोरड्या आणि सपाट प्रदेशात आपल्या डावीकडे आणि मागे सरकत मैदानासहीत सुरक्षित स्थळी पोहचा, म्हणजे समोरून धोका असेल तर मागे सुरक्षा असेल. सपाट प्रदेश युद्धासाठी पुरेसा आहे.

१०. हे सैन्य ज्ञानाच्या चार शाखा आहेत, जो की चक्रवर्ती सम्राटाला जिंकण्यासाठी चार शासकाला सक्षम बनवते.

११. सर्व सैन्य खोल भागापेक्षा उंच ठिकाणी आणि अंधाराच्या जागेऐवेजी उजेडाचे ठिकाण पसंत करते.

१२. जर तुम्ही तुमच्या लोकांपासून सावध असाल आणि कडक मैदानावर उतरत असाल तर सैन्य अनेक प्रकारच्या आजारापासून दूर राहिल आणि यामुळे विजयी होणे सोपे होईल.

१३. तुम्ही ज्यावेळी एखाद्या पहाडीच्या किवा नदीच्या काठावर आलेले असाल, तर डाव्याबाजूने उन्हापासून बचाव करा. अशप्रकारे आपण पुन्हा एकदा आपल्या सैनिकाच्या फायद्याचे काम कराल आणि जमीनीच्या नैसर्गीक फायद्याचा उपयोग कराल.

१४. जोरदार पाऊसाचा परिणाम म्हणून नदी, जिला तुम्ही ओलांडू इच्छिता, तिला पूर आलेला असेल, पूर ओसरेपर्यंत तुम्हाला प्रतिक्षा करावी लागेल.

१५. ज्या भागात मोठ्या शीळा असतील आणि त्यातून प्रवाह वहात असेल, नैसर्गीक खोल खड्डे असतील, काटेरी झाडे असतील, दलदल आणि भेगा असतील, अशा भागाला लवकरात लवकर सोडून जायला हवे.

१६. आपण अशा ठिकाणापासून दूर राहिले पाहिजे. पण त्या ठिकाणी शत्रुने यायला हवं अशी व्यवस्था आपण करायला हवी. ज्यावेळी आपण शत्रुचा सामना करू त्यावेळी त्याच्या मागे आपण असायला हवां.

१७. आपल्या छावणीजवळ एखादी पहाडी जागा असेल,

पाण्यातील गवताने वेढलेला तलाव असेल, काट्याकुट्याने भरलेले रिकामे खड्डे असतील, किंवा जंगल असेल तर त्याची मोठ्या बारकाईने तपासणी करायला हवी कारण हे एक असे ठिकाण आहे, जिथे शत्रू किंवा गुप्तहेर लपून बसण्याची शक्यता असू शकते.

१८. ज्यावेळी शत्रू जवळ असतो आणि शांत असतो तर तो त्याच्या स्वभावीक शक्तीवर विश्वास ठेवतो.

१९. ज्यावेळी तो दूर असतो, लढाई व्हावी असा प्रयत्न करतो, तो तुमची हल्ला करण्याची वाटच पहात असतो.

२०. त्याच्या ठिकाणावर हल्ला करणे सोपे असते, तर याचा अर्थ असा आहे की तो आणखी एक प्रयत्न करून पहात आहे.

२१. ज्यावेळी जंगलाच्या मध्ये कारवाई होते, त्यावेळी माहीत होते की शत्रू आगेकुच करीत आहे. मोठ्या गवतामधून हालचाल जाणवत असेल तर समजून घ्या की शत्रू तुम्हाला भ्रमीत करीत आहे.

२२. पक्षांचे अचानक उंचीवर उडू लागणे म्हणजे शत्रू लपून बसल्याचा संकेत आहे. घाबरून पळणाऱ्या प्राण्यामुळेही संकेत मिळत असतात की अचानक होणारा हल्ला समोरून होणार आहे.

२३. ज्यावेळी धूळ दूरवरून उडताना दिसत असेल तर शत्रुचे

49 = आर्ट ऑफ वार = 49

रथ येत असल्याचा संकेत आहे. धूळ कमी पण मोठ्या जागेतून उधळत असेल तर हा पायदळाच्या आगेकुच करण्याचा संकेत आहे. धूळ निरनिराळया ठिकाणाहून उडत असल्याचे दिसत असेल तर असे समजावे की सामान गोळा करणे चालू आहे. धुळीचे लोळ इकडे तिकडे दिसत असतील तर असे समजावे की सैनीक तंबू टाकत आहेत मुक्कामासाठी.

२४. विनम्र शब्द आणि चाललेली तयार या गाष्टिचे सेकेत देते की शत्रू चालून येणार आहे. हिंसक भाषा आणि आगेकुच करण्याची तयारी सारख्या गोष्टि हल्याचा संकेत आहे की तो मागे हटणार आहे.

२५. ज्यावेळी छोटे रथ पहिल्यांदा समोर येतात आणि एका ठिकाणी थांबतात याचा अर्थ आहे की शत्रू लढाईसाठी सज्ज होत आहे.

२६. शांती प्रस्ताव कसलीही शपथ न घेता एका कुचक्राचे संकेत आहे.

२७. ज्यावेळी खूप धांदल चालू आहे आणि सैनिक एका रांगेत उभे आहेत, तर याचा अर्थ आहे की महत्त्वाची वेळ आलेली आहे.

२८. ज्यावेळी कोणी आगेकुच करीत आहे आणि काही मागे जात आहेत तर हा एक प्रकारच्या लालूचचा प्रकार आहे.

२९. ज्यावेळी सैनिक आपल्या भाल्यावर टेकून उभे असतात तर याचा अर्थ भोजनासाठी ते व्याकूळ झालेले आहेत.

३०. जर ते, ज्यांना पाण्यासाठी पाठवण्यात आले आहे आणि असे सैनिक स्वतःच पाणि पित असतीत तर हा सैन्य तहानलेले असण्याचं लक्षण आहे.

३१. जर शत्रूचा फायदा होत असेल आणि त्यांच्यापासून बचावाचा कसलाही मार्ग कोणी दाखवत नाही, तर समजून जा सैन्य थकून गेले आहे.

३२. समजा पक्षी एखाद्या ठिकाणी गोळा होत असतील तर त्याचा अर्थ ती जागा अद्याप कोणीही ताब्यात घेतलेली नाही. रात्रीच्या गोंधळाचा अर्थ उतावीळपणा असा घ्यावा.

३३. मुक्काम ठोकण्यात गडबडी झाली तर जनरलची पकड ढिल्ली आहे असे समजावे.   समजा बॅनर आणि झेंडे बदलले आहेत तर राजद्रोहाचा विषय असतो. जर अधिकारी नाराज असतील तर याचा अर्थ आहे की सैनिक थकलेल आहेत.

३४. जर एखादी सैना आपल्या सैनिकांना धान्य चारत असेल आणि भोजनासाठी आपल्याकडील प्राणि मारत असतील आणि ज्यावेळी सैनिक आगीवर अन्न शिजविण्यासाठी भांडे ठेवत नाहीत, तर याचा अर्थ असाा होतो की ते त्यांच्या छावणीत परतणार नाहीत. ते लढण्याच्या विचारावर ठाम आहेत.

३५. समजा सैनिक गटा गटात विभागून एकमेकांच्या कानात कुजबुज करीत आहेत, तर याचा अर्थ असा की ते पद आणि क्रमाच्या संदर्भात असमाधानी आहेत.

३६. अनेंकदा पुरस्कार देण्याचा अर्थ आहे शत्रू त्यांच्याकडील साधन सामग्री लवकरच संपवून टाकण्याच्या स्थितीत आहे. खूप तणावामध्ये अधिकाधिक सजा देणे धोकेबाजी झाल्याचा संकेत आहे.

३७. पहिले तर बढाईखोर होणे, नंतर शत्रुची संख्या पाहून मागे हटणे, बिनडोक असल्याचं लक्षण आहे.

३८. ज्यावेळी दुतांना शुभेच्छासहित पाठविल्या जाते, याचा अर्थ असा आहे की काही वेळासाठी तडजोड करायची आहे.

३९. शत्रुची तुकडी जर रागाने आगेकुच करते आहे आणि दीर्घ काळापासून लढाईत सहभागी आहे किंवा आराम न करता दीर्घ काळापासून आपला सामना करीत आहे तर ही अशी स्थिती आहे, जी खूप सतर्क आणि चौकशी करण्याची मागणी करते.

४०. आपलं सैन्य शत्रुपेक्षा जास्त नाही परंतु पुरेशा संख्येने आहे, याचा केवळ अर्थ असा आहे की, कोणी थेट हल्ला नाही करू शकत. आपण जे काही करू शकतो, ते हे आहे की आपण आपल्याकडील सर्व उपलब्ध शक्तीला एकजूट करावं, शत्रुवर कडक नजर ठेवा आणि सदृढीकरण प्राप्त करा.

४१. तो जो मोठ्या सावधपणे योजना तयार करण्याचा अभ्यास करीत नाही, उलट आपल्या विरोधकाला काहीच समजत नाही. तो निश्चितणे शत्रू ताब्यात घेतो.

४२. सैनिकांना आपल्यासोबत येण्यापुर्वीच दंडीत केल्या गेले तर ते विनम्र होणार नाहीत, ते जर विनम्र होणार नसतील तर तोपर्यंत ते कोणत्याही कामासाठी योग्य असणार नाहीत. सैनिक तुमच्यासोबत आले आहेत आणि त्यांना शिक्षा केल्या गेली नाही तरी पण ते बेकारच ठरते.

४३. म्हणून सैनिकासोबत पहिल्या भेटीतच मानवी व्यवहार होणे गरजेचे आहे. परंतु त्याना कठोर शिस्तीमध्ये नियंत्रणात ठेवायला पाहिजे. हा विजयी होण्याचा हा एक निश्चित मार्ग आहे.

४४. प्रशिक्षणादरम्यान सैनिकांना सवयीने आदेश लागू होत असतील तर सैन्याला चांगल्याप्रकरे शिस्त लागते. असे होत नसेल तर शिस्तीमधे काहीतरी उणीव आहे.

४५. एखादा जनरल आपल्या सैनिकावर विश्वास ठेवत असेल, परंतु नेहमी आपल्या आदेशाचे पालन व्हावे म्हणून जबरदस्ती करीत असेल, तर फायदा होणे परस्परावर अवलंबून असेल.

१०.

भूखंड

१. सुन त्जू म्हणतात-आपण समजण्याच्या उद्देशाने सहा प्रकारच्या क्षेत्रांना भेदू शकतो:

१. सोपे मैदान

२. गोधळून टाकणारे मैदान

३. संधीसाधू मैदान

४. अरूंद मैदान

५. प्रपाती उंची

६. शत्रुच्या कुवतीबाहेरची सुसज्जाता.

२. ते मैदान दोनही पक्षाद्वारा स्वतंत्रपणे ओलाडल्या जाऊ शकेल, त्यालाच सोपे मैदान म्हटल्या गेले आहे.

३. अशाप्रकारचे मैदान नैसर्गीकदृष्टया पाहिल्यास तिथे पोहचून शत्रुच्या आधी उंच आणि उन्हाच्या ठिकाणी कब्जा करून घ्या आणि मोठ्या सावधपणे आपली रसद-पुरवठ्यावर लक्ष द्या. तरच आपल्याला वाढत्या जोमाने युद्ध करता येईल.

४. मैदान, ज्याचा परित्याग केल्या जाऊ शकतो. परंतु त्यावर पुन्हा कब्जा करणे कठीण आहे आणि याला जाळयात आडकवणे म्हणतात.

५. अशाप्रकरच्या आवस्थेत जर शत्रु सज्ज नाही आहे तर तुम्ही समोर येऊन त्याला पराभूत करू शकता, परंतु जर शत्रू तुमच्या आक्रमणासाठी तयार आहे आणि तुम्ही त्याला पराभूत करायला अपयशी ठरता तर परत जाण्याची अशक्यता संकटाला निश्चित करते.

६. अशी परिस्थिती उद्भवते की कोणताही पक्ष कसलीच हालचाल करायला तयार होत नाही, यालाच संधीसाधू मैदान असे म्हणतात.

७. अशाप्रकारच्या परिस्थितीत शत्रू तुम्हाला प्रलोभन देऊन आकर्षित करण्याचा प्रयत्न करील, परंतु हाच सल्ला दिल्या जाईल की हल्ला करू नका, उलट मागेच रहा. अशाप्रकारे शत्रुने परत जावे यासाठी प्रयत्न करा. त्याचवेळी ज्यावेळी त्याच्या सैन्याचे सर्व पक्ष उघडे पडले आहेत. आपण पुढे होऊन आक्रमण करू शकतो.

८. निमुळत्या रस्त्याच्या संदर्भत जर तुम्ही पहिल्यांदाच त्यावर कब्जा केला तर त्यांचा खंबीरपणे बंदोबस्त केला जावा आणि शत्रुच्या येण्याची प्रतिक्षा करा.

९. सैन्याच्या एका मार्गावर कब्जा करायला हवी आणि मजबूत

मोर्चाबंदी झाली तर पाठलाग करू नका, उलट केवळ त्याचवेळी आगेकुच करा, ज्यावेळी कमजोर मोर्चाबंदी झालेली असेल.

१०. प्रचंड उंचीच्या संदर्भात जर आपण पहिल्यापासूनच तिथे हजर आहोत तर आपल्याला उंच ठिकाणावर कब्जा करायला हवा आणि तिथे शत्रूच्या येण्याची प्रतिक्षा करायला हवी.

११. शत्रुने जर आधीच त्या उंचीवर कब्जा मिळवला असेल तर त्याचा पाठलाग करू नका, उलट मागे सरका आणि त्यांना दूर पळवून लावण्याचा प्रयत्न करा.

१२. तुम्ही जर शत्रूपासून खूप अंतरावर आहात आणि दोन्ही सैन्याची ताकद बरोबरीची आहे तर लढाई होणे कठीण नाही आणि लढाई आपल्यासाठी फायदेशीर ठरणार नाही.

१३. हे पृथ्वीसोबत जोडल्या गेलेले सहा सिद्धांत आहेत. जनरल ज्याला हे जबाबदरीचे पद मिळाले आहे, त्याने मोठ्या सावधपणे या गोष्टीचा अभ्यास करायला हवा.

१४. आता सैन्याला त्या सहा नियमाचा परिचय करून देण्यात येत आहे. जे नैसर्गीक कारणाने उत्पन्न होत नाहीत, तर त्या चुकांमुळे उत्पन्न होतात, ज्यासाठी जनरल जबाबदार असतो, ते खालील प्रमाणे आहे-

१. पलायन

२. अवज्ञा

३. पतन

४. विनाश

५. अव्यवस्था

६. कोलाहल

१५. सर्व परिस्थिती समान आहेत, जर एक सेना आपल्यापेक्षा दहापट संख्या असणाऱ्या सैन्यासोबत लढत असेल,तर परिणाम पहिली सेना पळून जाण्यात होईल.

१६. ज्यावेळी सामान्य सैनिक खूप मजबूत असतो आणि त्याचे अधिकारी खूप कमजोर असतात तर परिणाम अवज्ञा असा होतो. ज्यावेळी अधिकारी खूप मजबूत असतो आणि सामान्य सैनिक अत्यंत कमजोर तर त्याचा परिणाम पतन असाच होईल.

१७. ज्यावेळी वरीष्ट अधिकारी क्रोधीत असेल आणि अधिनस्थ शत्रुला मिळाले तसेच त्याच्यावर नाराज होऊन लढू लागले तर यापूर्वी की सेना नायक सांगेल की तो लढण्याच्या आवस्थेत आहे किवा नाही तर हा परिणाम बर्बदीचा संकेत असेल.

१८. ज्यावेळी जनरल कमजोर असेल आणि अधिकारी नसतील त्याच्याकडे, त्याचे आदेश स्वतंत्र आणि स्पष्ट नसतील, ज्यावेळी अधिकारी आणि सैनिकात निश्चित कर्तव्याचा बोध

नसेल आणि पदाचे वाटप अव्यवस्थ्ति पद्धातीने केले असेल तर परिणाम देखील अगदीच अव्यवस्थितच असेल.

१९. ज्यावेळी शत्रूच्या शक्तीचा अंदाज लावण्यास जनरल असमर्थ असेल, तर एका कमजोर सैन्याला एक शक्तीमान सैन्यासोबत लढायला सांगितल्या जात असेल, किंवा एका शक्तीशाली सैन्याच्या विरोधात एक कमजोर तुकडी पाठवल्या जात असेल आणि निवडलेल्या सैनिकांना पहिल्या रांगेत उभे केल्या गेले नाही तर परिणामा तर उलटा होणारच.

२०. पराभूत होण्याचे हे सहा मार्ग आहेत, ज्यावर जनरलला लक्ष द्यायला हवे, जो एका जबाबदार पदावर आहे.

२१. स्वाभावीकपणे देशाचे संघटन सैनिकाचा सर्वांत चांगला सहकारी आहे परंतु विरोधी शक्तीचा अंदाज आणि सैन्यावर विजय प्राप्त करण्यासाठी नियंत्रण आणि हुशारीने कठीण, धोका आणि अंतराचे मोजणी करण्याची शक्तीचे आकलन करणे एक महान जनरलची मोठी परिक्षा आहे.

२२. तो जो या सर्व गोष्टी समजून आहे आणि लढाईत आपल्या ज्ञानाचा उपयोग करतो, तोच लढाई जिंकतो, तो जो या गोष्टी ओळखून नाही आणि लढाईत याचा उपयोगही करीत नाही, त्याला पराभवाचा सामना करावा लागतो.

२३. जर लढणे विजयाचा परिणाम आहे तर आपल्याला लढले पाहिजे. मग शासकाने विरोध केला तरी, पण लढाईत

विजय मिळणार नसेल तर लढाई न केलेलीच बरी. मग शासकाचा आदेश असला तरी.

२४. तो जनरल जो कसलीही प्रसिद्धी नसताना आणि भीतीपोटी मागे हटतो, अपमान होण्याची भीती न बाळगता मागे हटतो, ज्याचा एकमेव उद्देश आपल्या देशाचे रक्षण करणे हे आहे आणि आपल्या राज्याची चांगली सेवा करणे असेल, तो राज्याचा गहना आहे.

२५. आपल्या सैनिकांवर मुलाप्रमाणे प्रेम करा आणि अशाप्रकारे ते आपल्या आज्ञाचे पालन दूरच्या युद्धातही करतील, त्यांना स्वतःप्रमाणे पहा आणि ते आपल्या मागे अंतिम क्षणापर्यंत रहातील.

२६. तुम्ही जर विनम्र आहात, परंतु आपले नियंत्रण कायम ठेवण्यास असमर्थ असाल, दयाळू आहात, परंतु आपले आदेश अमलात आणायला असमर्थ आहात आणि अव्यवस्थेला रोखायला असमर्थ देखील. तर आपले सैन्य बिघडलेल्या मुलाप्रमाणे वागतील. ते कोणत्याही व्यवाहारीक कामासाठी बिनकामाचे असतील.

२७. आपल्याला जर माहीत असेल की शत्रू हल्ला करायला सज्ज आहे, परंतु त्याला ही गोष्ट माहीत नाही की आपले स्वतःचे सैन्य हल्ला करायला तयार आहे किंवा नाही, तर आपण विजयाची खात्री देऊ शकत नाहीत.

२८. आपल्याला जर माहीत असेल की शत्रु हल्ला करण्यासाठी अगदीच तयार आहे, परंतु आपले सैनीक हल्ला करण्याच्या परिस्थितीत नाही, तर आपण विजयाची खात्री देऊ शकत नाहीत.

२९. शत्रुवर हल्ला करण्यास आपण तयार आहोत याची जाणीव आपल्याला आहे आणि सोबतच हे पण समजून आहोत की आपले सैन्य देखील हल्ला करण्याच्या मानसिकतेमध्ये आहे. परंतु याची माहिती नाही की लढाईचे मैदान कसे आहे, तरीपण आपण विजयाची खात्री देऊ शकत नाही.

३०. यासाठी अनुभवी सैनिक, जो गतीमान आहे, तो कधीही हत्यार टाकत नाही, एकदा का त्याने छावणी सोडलेली असते, तो कधीही नुकसान करून घेत नाही.

३१. यासाठी असे म्हणतात की, तुम्ही जर शत्रुला ओळखत असाल तर स्वतःला ओळखता, तर तुमचे यश मिळवणे कठीण नाही. तुम्ही जर स्वर्गाला ओळखता आणि नरक देखील ओळखता तर यश तुमच्या जवळ आहे.

११.

नऊ परिस्थिती

१. सुन त्जू म्हणतात-युद्धाचे कला नऊ प्रकारच्या मैदानाला
    ओळखते-

   १. विस्तृत मैदान

   २. सरळ मैदान

   ३. विवादास्पद मैदान

   ४. मोकळे मैदान

   ५. राजमार्गाला छेदून जाणारे मैदान

   ६. गंभीर मैदान

   ७. कठीण मैदान

   ८. घेरण्यात आलेले मैदान

   ९. निराशाजनक मैदान

२. ज्यावेळी एक सरदार आपल्या क्षेत्रात लढत असतो तर
    त्याला विस्तृत मैदान असे म्हणतात.

61 = आर्ट ऑफ वार = 61

३. त्याने जर शत्रुच्या विभागात प्रवेश केला परंतु फार दूर गेला नाही तर याला सरळ मैदान म्हणतात.

४. ते अधिकारपूर्ण क्षेत्र, ज्याला दोन्ही पक्षाला फायदा होतो, त्याला विवादास्पद मैदान म्हणतात.

५. ते मैदान, ज्यावर प्रत्येक पक्षाला येण्या-जाण्याची परवानगी आहे, त्याला मोकळे मैदान म्हणतात.

६. ते मैदान, जो तीन राज्यासाठी चावी असते, पहिल्यांदा जो त्याच्यावर कब्जा करील, त्याच्या अधिकारात बाकीचा भाग येणे सोपे जाते, यालाच राजमार्गाला छेदून जाणारे मैदान असे म्हणतात.

७. ज्यावेळी सेना एका शत्रुच्या प्रदेशात दाखल होते आणि आत अनेक किल्लेबंद शहरं आहेत तर याला गंभीर मैदान म्हणतात.

८. पहाड, जंगलं, ओबड-धाबड रस्ते, दलदल-पूर्ण देश जो प्रवासासाठी कठीण आहे, याला कठीण मैदान असे म्हणतात.

९. मैदान, ज्यात निमुळत्या मार्गाने जावे लागते आणि ज्यात केवळ अडचणीच्या मार्गाने जावे लागते आणि शत्रुची लहान तुकडी देखील आपल्याला पराभूत करू शकेल, याला घेरण्यात आलेले मैदान असे म्हणतात.

१०. ते मैदान, ज्यावर आपण कसलाही उशीर न करता लढाई करून बचाव करू शकतो. त्याला निराशाजनक मैदान असे म्हणतात.

११. म्हणून विस्तृत मैदानावर लढू नका. सरळ मैदावर छावणी टाकू नका. विवादास्पद मैदावर हल्ला करू नका.

१२. मोकळ्या मैदानात शत्रुचा मार्ग रोखण्याचा प्रयत्न करू नका. राजमार्गाला परस्पर छेदून जाणाऱ्या मैदानावर आपल्या सहकाऱ्यासोबत हातमिळवणी करा.

१३. गंभीर मैदानात लुटीत सहभागी व्हा. कठीण मैदानात सतत मार्च चालू ठेवा.

१४. घेरण्यात आलेल्या मैदानात चकमा देण्यासाठी तयार रहा. निराशाजनक मैदावर लढा.

१५. ज्यांना कुशल नेता म्हटल्या जात होते, त्यांना माहीत होते की शत्रूच्या समेरच्या मागच्या भागात कशी फुट पाडायची. त्याच्या छोट्या मोठ्या भागाच्या मधला संपर्क तोडून टाका. लढाऊ सैनिकांनी पळकुटया सैनिकाला मदत करू नये आणि अधिकाऱ्यांनी आपल्या सैनिकांना आदेश देणे थांबवावे.

१६. ज्यावेळी शत्रुचे सैन्य एकजूट होते तेव्हा ते त्यांना अव्यवस्थित करण्याचा प्रयत्न करतात.

१७. ज्यावेळी हे त्यांच्या फायद्याचे असते तेव्हा ते पुढे चाल करतात, नाहीतर ते थांबलेले असतात.

१८. जर कोणी विचारले की क्रमबद्ध पद्धतीने शत्रुच्या एका मोठ्या सैन्याचा सामना कसा करावा तर मी म्हणेल की, आपल्या शत्रुला प्रिय असणारी गोष्ट आपल्या ताब्यात घ्या. त्यांनतरच तो तुमच्या ताब्यात येऊ शकतो.

१९. युद्धासाठी चालाखी आवश्यक आहे-शत्रुची तयारी नसण्याचा फायदा घ्या. मार्ग नसलेल्या मार्गाला आपला मार्ग बनवा आणि त्या ठिकाणावर हल्ला करा, जिथे ते सावध नसतील.

२०. हा सिद्धांत हल्ला करणाऱ्या सैन्याने लक्षात ठेवायला हवा. जितका तुम्ही शत्रुच्या प्रदेशात दाखल व्हाल, तितकेच अधिक तुमचे सैन्य सावध आणि एकजूट होतील आणि अशाप्रकारे शत्रुवर तुम्ही विजय मिळवू शकाल.

२१. सुपीक जमीन ताब्यात घेण्यासाठी अधिकाअधिक प्रयत्न करा, ज्यामुळे आपल्या सैन्याला रसद मिळणे सोपे जाईल.

२२. आपल्या सैनिकांचा चांगला अभ्यास करा आणि त्यावर ओझे टाकू नका. आपल्या उर्जेला एकाग्र करा आणि आपली शक्ती वाढवा. आपल्या सैन्याला सतत पुढे जायला सांगा आणि मोठ्या मोठ्या योजना तयार करा.

२३. आपल्या सैनिकांना त्या आवस्थेत सोडा, ज्या ठिकाणाहून कोणी पलायन करणार नाही आणि ते लढत लढत मरणाला जवळ करतील. ते जर मृत्यूचा सामना करायला तयार असतील तर मग असे काय आहे जे ते प्राप्त करणार नाहीत. अधिकाऱ्यांनी आणि सैनिकांनी आपली पूर्ण शक्ती कामी आणावी.

२४. सैनिक ज्यावेळी निराशाजनक आवस्थेत असतात, त्यावेळी त्यांना कोणाचीही आणि कसलीही भीती असत नाही. बचावाचा कसला मार्गच नसेल तर लढण्याशिवाय त्यांच्यासमोर दुसरा मार्गच असत नाही. ते जर शत्रुच्या

Art of War (Marathi)   64 = आर्ट ऑफ वार

प्रदेशात असतील तर खंबीरपणे लढतात. त्यांना काही मदत मिळण्याची शक्यता नसतानाही ते शौर्याने लढतात.

२५. अशाप्रकारे कसलीही देखरेख न ठेवता सैनिक सज्ज असतात. न विचारता ते तुमची इच्छा पूर्ण करतात. प्रतिबंधाशिवाय ते आपल्या प्रति इमानदार रहातात. तात्पर्य काय तर आदेश न देताही त्यांच्यावर विश्वास ठेवल्या जाऊ शकतो.

२६. शुभ चिन्हांना प्रतिबंधित करून अंधश्रद्धेच्या प्रकाराला दूर करा. कोणत्याही संकटाला घाबरू नका, जोपर्यंत मृत्यू येत नाही.

२७. आपल्या सैनिकानां पैशाची लालसा नाही पण याचा अर्थ नाही की त्यांना धन नको आहे. त्यांचं आयुष्य दीर्घ नाही याचा अर्थ असा नाही की त्यांना जगण्याची इच्छा नाही.

२८. ज्या दिवशी त्यांना युद्ध करण्याचा आदेश दिला जातो, त्या दिवशी चेहऱ्यावर कपडे ओढून आपले सैनिक रडू शकतात. आणि जे झोपलेले आहेत ते अश्रू गाळत असू शकतात. परंतु एकदा त्यांना लढाईच्या मैदानात जाऊ द्या मग पहा कसं धाडस दाखवतात.

२९. कुशल डावपेचाची तुलना शुई-जन यांच्याशी करण्यात येऊ शकते. शुई-जन एक सर्प आहे. जो च्यांग पहाडात आढळतो. त्याच्या डोक्यावर हल्ला केला तर तो त्याच्या शेपटीकडून तुमच्यावर हल्ला करील. तुम्ही त्याच्या शेपटीवर प्रहार करण्याचा विचार कराल तर तो त्याच्या तोंडाने तुमचा चावा घेईन. मध्यभागी हल्ला कराल तर तोंड आणि शेपटी असा दुहेरी हल्ला करील तुमच्यावर.

३०. असे विचारण्यात येऊ शकते की काय शुई-जन आणि सैन्याचा काय संबंध आहे. तर मी सांगेल की, होय आहे, कारण वू आणि यू या प्रदेशातील लोक एकमेकांचे शत्रू आहेत. असे असतानाही ते जर एका नदीतून नावेने प्रवास करीत असतील आणि तशात वादळ आले तर अशावेळी ते एकमेकांना अशी मदत करतात, जसा डावा हात उजव्या हाताला.

३१. म्हणून गरजेचे नाही की घोड्याचे संघटन कामी येते आणि रथाच्या चाकांना जमीनीत गाडल्या जावेत.

३२. ज्या सिद्धांतावर सैन्याचे व्यवस्थापन करायचे आहे, ते म्हणजे धाडसाचे एक परिमाण कायम करणे आहे, जो सर्वत्र पोहचला पाहिजे.

३३. कसे मजबूत आणि कमजोर, या दोघांमध्ये ताळमेळ ठेवला जाईल, हा एक प्रश्न आहे. यामध्ये मैदानाचा योग्य उपयोग याचाही समावेश आहे.

३४. अशाप्रकारे कुशल सेनापती आपल्या सैन्याचे संचालन तसेच करतो, जसे की तो एका व्यक्तीचे नेतृत्त्व करतो.

३५. शांत रहाणे आणि अशाप्रकारे गोपनीयता पाळणे एका जनरलचे कर्तव्य आहे. इमानदरी आणि न्यायसंगततासहित अशा प्रारे व्यवस्थेला कायम ठेवा.

३६. तो आपल्या अधिकाऱ्यांना आणि सैनिकांना खोटे रिपोर्ट आणि विजयाचा आभास पैदा करण्यात सक्षम असायला हवा आणि अशाप्रकारे त्यांना पूर्णपणे अज्ञानात ठेवा.

३७. आपली व्यवस्था आणि आपली योजनेला बदलून तो शत्रुला वास्तवी स्थितीपासून दूर ठेवतो. आपले डावपेच बदलत आणि लक्षात न येणारे मार्ग अवलंबवत आपल्या काय करायचे आहे याचा अंदाजच लागू देत नाही.

३८. संकटमय स्थ्तीतत एक सेनापती त्या व्यक्तीप्रमाणे व्यवहार करतो, जो उंचीवर पोहचलेला आहे आणि आपल्या मागच्यांना चढता येऊ नये म्हणून सीडी काढून घेत आहे. लक्षात येण्यापूर्वीच तो सैन्याना शत्रुच्या प्रदेशात घेऊन जातो.

३९. तो आपल्या नावांना जाळून टाकतो आणि आपल्या अन्न जिवण्याच्या भांड्यांना फोडून टाकतो. शेळया-मेंढ्या चारणाऱ्या गुराख्यप्रामाणे तो आपल्या सहकार्यासोबत अशाप्राको चालतो की माहीत होत नाही तो कुठे चालला आहे.

४०. आपल्या सैनिकांना एकत्र करणे आणि त्यांना धोक्यातून बाहेर काढणे, याला सेनानायकाचे वास्तवीक कर्तव्य म्हटल्या जाऊ शकतो.

४१. विभिन्न मापदंड, जो नऊ प्रकारच्या मैदानाला अनुकुल असावेत, आक्रमक किंवा रक्षात्मक डावपेचाची सुविधा आणि निसर्गाचे महत्त्वाचे नियम-ह्या अशा गोष्टी आहेत, ज्याचा अभ्यास सर्वांत जास्त व्हायला हवा.

४२. शत्रुच्या प्रदेशावर हल्ला करताना ह्या सामान्य सिद्धांताचा अभ्यास असायला हवा म्हणजे जोरदार हल्ला केल्याने ताळमेळ बनतो. परंतु एका अरूंद मार्गाची निवड करण्याचा अर्थ विस्कळीत होणे आहे.

४३. ज्यावळी आपण आपल्या देशाला मागे सोडतो आणि आपल्या सैन्याला शेजारच्या प्रदेशात घेऊन जातो म्हणजे आपण सैन्याला महत्त्वाच्या ठिकाणी घेऊन जातो. ज्यावेळी सगळीकडून जाण्या-येण्याची सोय असते अशा मैदानात तुम्ही असता म्हणजे राजमार्गावर.

४४. ज्यावेळी तुम्ही एखाद्या देशात जोरदार प्रवेश करता, तर त्याला गंभीर मैदान म्हणतात. ज्यावेळी तुम्ही थोडासे आत प्रवेश करता तर याला सरळ मैदान म्हणतात.

४५. ज्यावेळी तुमच्यावर शत्रुची पकड असते, आणि समोर निमुळता मार्ग असेल तर समजून घ्या की हे घेरण्यात अलेले मैदान आहे. ज्यावेळी त्या ठिकाणाहून बाहेर पडण्याचा मार्ग नसेल तर ते निराशाजनक मैदान बनते.

४६. म्हणून सपाट मैदानात एका विशिष्ट उद्देशासाठी एकत्र करील. सपाट मैदानात मी पाहिल की माझ्या सैन्यात एकमेकासोबत ताळमेळ आहे की नाही.

४७. विवादास्पद मैदानात मी निर्णय घेण्याची घाई करील.

४८. मोकळ्या मैदानात आपल्या शत्रुवर तीक्ष्ण नजर ठेवील. राजमार्गासारख्या ठिकाणी मी परस्पर संबंध चांगले ठेवण्याचा प्रयत्न करील.

४९. गंभीर मैदानावर मी सतत अपुऱ्या गोष्टी पूर्ण करण्याचा प्रयत्न करील. कठीण मैदानात मी मार्गाचा आधार घेत चालेल.

५०. घेरण्यात आलेल्या मैदानावर मी त्या ठिकाणाहून बाहेर

पडण्याचा जोरदार प्रयत्न करील. निराशाजनक मैदानावर मी आपल्या सैनिकाकडून आशा करील की त्यांनी आपला जीव वाचवण्यासाठी निराश होऊ नये.

५१. कारण की सैन्याचा स्वभाव असा आाहे की तो स्वतः घेरण्यात आला तर तो कडवा विरोध करतो आणि ज्यावेळी तो स्वतःला मदत करू शकत नसेल तर मोठ्या त्वेशाने लढतो आणि ज्यावेळी तो संकटात सापडतो तर त्यावेळी तो आदेशाचे तंतोतंत पालन करतो.

५२. आपण तोपर्यंत शेजारील राज्यासोबत तडजोड करू नका, जोपर्यंत आपल्याला त्यांच्या शक्तीचा अंदाज येत नाही. आपण तोपर्यंत सैन्याचे नेतृत्त्व करायला उपयुक्त नाही आहोत, जोपर्यंत आपण शत्रु देश म्हणजेच त्यांची डोंगरे, पहाडे, जंगले, नद्या आणि दऱ्या-खोऱ्या दलदल, वाळवंट आदी भाग माहीत करून घेत नाहीत. जोपर्यंत आपण स्थनीक रस्ते याची माहीती करून घेणार नाहीत, आपण नैसर्गीक गोष्टीचा फायदा नाही घेऊ शकत नाहीत.

५३. या चार किंवा पाच सिद्धांतापैकी एकाकडेही दुर्लक्ष करणे कोणत्याही लढाऊ राजकुमारासाठी फायद्याचे ठरणार नाही.

५४. ज्यावेळी कोणी योद्धा राजकुमार एका शक्तीशाली राज्यावर हल्ला करतो तर त्याचं नेतृत्त्व स्वतः शत्रुच्या सैन्याची एकाग्रतेने रोखण्यात आपला प्रभाव दाखवतो. तो आपल्या विरोधकावर स्वार होतो आणि त्याच्या शत्रुचे सहकारी त्याच्या विरोधात लढाईत सहभागी होत नाहीत.

५५. म्हणून तो स्वतः सर्व आणि अनेकासोबत मैत्री करण्याचा प्रयत्न करीत नाही आणि तो इतर राज्याच्या शक्तीला प्रोत्साहन पण देत नाही. तो आपल्या विरोधी पक्षाला अंधारात ठेवून आपल्या योजनेलाही गुप्त ठेवतो आणि अशाप्रकारे तो शत्रुची शहरे आणि त्यांचा प्रदेश ताब्यात घेण्यास सक्षम बनतो.

५६. शासनाची पर्वा न करता पुरस्कार प्रदान करा, मागच्या व्यवस्थेचा आदर करीत आदेश जारी करा आणि आपण पूर्ण सैन्याला सांभाळण्यास सक्षम व्हाल. जसे की आपल्याला एका व्यक्तीवर नियंत्रण मिळवायचे आहे.

५७. आपल्या सैनिकांचा सामना स्वतः करा, परंतु कधीही त्यांना आपल्या योजनांची माहीती होऊ देऊ नका. ज्यावेळी दृष्टीकोण उज्वल असतो त्यावेळी या गोष्टीजाहीर करा. परंतु त्यांना काहीही सांगू नका, ज्यावेळी परिस्थिती निराशाजनक असेल.

५८. आपल्या सैन्याला अंत्यत खतरनाक स्थितीत ठेवा आणि ती जिवंत राहील, हताश स्थितीत राहिली तरच ती सुरक्षित निघून जाईल.

५९. हे ठीक आहे की ज्यावेळी सैन्य नुकसान सहन करून पराभवाच्या जवळ असते तर ती विजयासाठी एक तडाखा द्यायला सक्षम असते.

६०. युद्धातले यश शत्रुच्या उद्देशाचा अभ्यास करून प्राप्त केल्या जाते.

६१. शत्रुच्या सतत मागे असल्यामुळे आपण शत्रुच्या कमाडंर-इन -चीफला ठार करण्यास यश्स्वी होऊ शकतो.

६२. याला सरळ सरळ हुशारीने आपल्या उद्देशाला यशस्वी करण्यासाठी बाळगलेली क्षमता असे म्हणतात.

६३. त्या दिवशी ज्यावेळी आपण आपले पदाची जबाबदारी घेतो, सीमावर्ती मार्गावर अडथेळे उत्पन्न करा, अधिकाधिक लेखांना नष्ट करा आणि सर्व दूतांना पाठवणे बंद करा.

६४. परिषद कक्षात कठोर वागा, म्हणजे तुम्हाला परिस्थिती नियंत्रणात ठेवता येईल.

६५. शत्रुने जर दरवाजा उघडा ठेवला तर तुम्ही तात्काळ आत प्रवेश करायला हवा.

६६. आपल्या ती गोष्ट दाखवून जिंका रोखा, जी त्याला प्रिय असेल आणि मोठ्या बारकाव्याने त्याला मैदानात आणण्याची योजना तयार करा.

६७. ठरलेल्या नियमानुसार वागा आणि स्वतःला शत्रुप्रमाणे **समायोजित** करा, जोपर्यंत की आपण एक निर्णायक लढाई लढू शकत नाहीत.

६८. प्रथम एका अविवाहितेच्या निष्ठेचे प्रदर्शन करा, तोपर्यंत की शत्रु आपल्याकडे आकर्षित होत नाही, त्यानंतर एखाद्या खारू ताईसारखी चपळाई दाखवा आणि यामुळे शत्रुला तुमचा विरोध करायला खूप वेळ लागेल.

१२.

आगीद्वारा आक्रमण

१. सुन त्जूने म्हटले आहे-आगीच्या द्वारा हल्ला करण्याच्या पाच पद्धती आहेत. पहिला, सैनिकांना त्याच्या छावणीत जाळणे, दुसरा, भांडारगृहाना आगी लावणे, तिसरा, सामान वाहून नेणाऱ्या वाहनांना आग लावणे, चवथी, शस्त्रागार आणि हत्यारांना जाळून टाकणे, पाचवे, शत्रुवर आगीने हल्ला करणे.

२. कोणत्याही आक्रमणाला यशस्वी करण्यासाठी आपल्याकडे साधनसामग्री मुबलक असायला हवी. आग लावण्यासाठी सामग्री नेहमी सज्ज असायला हवी.

३. आगीने हल्ला करण्यासाठी योग्य वेळीची आवश्यकता आहे आणि अशाप्रकाराचा अग्नीतांडव करण्यासाठी एखाद्या खास दिवसाची गरज असणार आहे.

४. योग्यवेळ ती असते, ज्यावेळी उन्हाळयाचे दिवस असतात. विशेष दिवस तो असतो ज्या दिवशी चंद्र मावळलेला किंवा ढंगाने झाकलेला असेल. सगळीकढे वारा वहात असतो.

५. आगीद्वारा हल्ला करताना पाच शक्य परिस्थिती साठी सज्ज रहावे लागेल.

१. ज्यावेळी शत्रुच्या छावणीला आतून आग लावली जाते. त्यावेळी कसलाही आवाज होणार नाही याची काळजी घ्या.

२. आग लागलेली आहे परंतु शत्रुचे सैनिक शांत आहेत तर काही वेळ थांबा आणि हल्ला करू नका.

३. ज्यावेळी आगीचे लोळ उठतील त्यवेळी हल्ला करा, हे शक्य नसेल तर जिथे आहात तिथेच थांबा.

४. बाहेरच्या बाजूने आग लावणे शक्य असेल तर ती लावण्यासाठी वेळ घालवू नका, परंतु योग्यवेळी हल्ला करायला विसरू नका.

५. आपण आग लावलेलीच आहे तर तिकडे उभे रहा, ज्या दिशेने हवा येऊ लागली आहे. हल्ला कधीही एखाद्या बाजूने करू नका.

६. दिवसा वाहणारी हवा दिवसभर वहाते, परंतु रात्रीच्या वेळी हवा मंद होते.

७. प्रत्येक सैनिकाला आगीच्या संदर्भातील हे पाच नियम माहीत असायला हवेत. योग्य दिवसाची प्रतिक्षा करीत राहून ताऱ्यांचा अभ्यास करायला हवा.

८. म्हणून आगीकडे जी माणसं एक हत्यार म्हणून पहातात त्यांना बुद्धिमान समजले पाहिजे. जे सैन्य आक्रमणासाठी पाण्याचा उपयोग करतात ते शक्तीचे परिग्रहण प्राप्त करतात.

९. पाण्याच्या मदतीने शत्रुला रोखल्या जाऊ शकते. परंतु त्याच्या सर्व सामानाची लूट नाही करता येत.

१०. तो व्यक्ती दुर्देवी असतो , जो कसलाही उद्देश न ठेवता लढाईत यश्स्वी होण्याचा विचार करतो आणि आपल्या मोहीमेत यश्स्वी होऊ इच्छितो. ज्याचा परिणाम वेळेची बर्बादी आणि संपणे असा होतो.

११. म्हणून असे म्हणतात की प्रबुद्ध शासक आपल्या योजनेला चांगल्या पद्धातीने पुढे घेऊन जातात. कुशल सेनानायक त्याच्या साधनाना पुढे घेऊन जातो.

१२. जोपर्यंत आपल्याला कसलाही फायदा दिसणार नाही, तोपर्यंत पुढचे पाऊल टाकू नका. आपल्या सैनिकांचा तोपर्यंत उपयोग करू नका, जोपर्यंत काही फायदा होणार नाही, तोपर्यंत लढू नका, जोपर्यंत स्थिती गंभीर नसेल.

१३. कोणत्याही शासकाला केवळ आपला राग शांत करण्यासाठी सैन्याचे प्रदर्शन करण्याची गरज नसते. कोणत्याही सेनानायकाने आपला राग शांत करण्यासाठी नाही लढले पाहिजे.

१४. असे करण्यात तुमचा फायदा असेल तर पाऊल उचला, नसेल तर तुम्ही जिथे आहात तिथेच थांबा.

१५. काळासोबत रागही शांत होऊ शकतो आणि चीड हा दोष समाधानात रूपांतरीत होऊ शकतो.

१६. परंतु जे राज्य एकदा नष्ट झाले आहे, ते कधीही पुन्हा अस्तित्त्वात येऊ शकत नाही. किंवा शहीद झालेले पुन्हा जिवंत होणार नसतात.

१७. म्हणून प्रबुद्ध शासक सावधान आणि चांगला सेनानायक पूर्णपणे सतर्क असतो. हा एक देशात शांतता कायम ठेवणे आणि सैन्याला अखंड ठेवण्यासाठी सगळयात चांगला मार्ग आहे.

१३

गुप्तहेरांचा उपयोग

१. सुन त्जू म्हणतात-हजारो सैनिकांना संघटीत करून त्यांना
    दीर्घ काळासाठी चालवत रहाणे मोठेच नुकसानकारक आहे
    तसेच हे राज्य दिवाळखोरीत निघण्याचे कारण ठरते. दैनिक
    खर्च एक हजार औंस चांदीच्या बराबर असतो. यामुळे देश
    आणि विदेशात हंगामा होतो आणि राजमार्गावर मोठ्या
    संख्येने सैनिकांना शहीद व्हावे लागते. हजारो परिवार
    श्रमीक म्हणून नुकसान सहन करीत असतात.

२. शत्रुत्व असणारे सैन्य एक दुसऱ्याचा सामना दीर्घ काळ
    करू शकते. वास्तवात जिंकण्याचं एका दिवसात ठरविल्या
    जाऊ शकतं. असे यामुळे केल्या जाते की शत्रुला काही
    समजू नये. कारण एखाद्या महत्त्वाच्या माहितीसाठी शंभर
    औंस चांदी खर्च करण्यासारखे आहे, जे की परवडण्यासाखे
    नसते.

३. जो अशाप्रकरचे कार्य करतो, तो लोकांचा नायक नसतो.
    किंवा वर्तमान सरकारही त्याला सहकार्य करीत नाही आणि
    विजयाचा कोणी मालक नसतो.

76 = आर्ट ऑफ वार

४. अशाप्रकारे जो बुद्धिमान शासन आणि चांगला शासकाला चालवणे आणि जिंकण्यासाठी आणि सामान्य पुरूषांच्या आवाक्या बाहेरील गोष्टी प्राप्त करण्यास सक्षम बनवतो, ते पूर्वज्ञान आहे.

५. आता या पूर्वज्ञानाला भावनेपासून दूर नाही केल्या जाऊ शकत, याला ना अनुभवातून प्राप्त केल्या जाऊ शकते, ना कोणत्याही प्रकारच्या कपातीची गणना करून.

६. शत्रुच्या व्यवस्थापनाचे ज्ञान केवळ इतर लोकाकडून मिळवल्या जाऊ शकते.

७. म्हणून गुप्तहेरांचे पाच प्रकार आहेत-

१. स्थानीक गुप्तहेर

२. आंतरीक गुप्तहेर

३. परिवर्तीत गुप्तहेर

४. खोटे गुप्तहेर

५. सक्रीय गुप्तहेर

८. ज्यावेळी हे पाच गुप्तहेर कामावर असतात, त्यावेळी कोणीही गुप्त तंत्राला भेदू शकत नाही. याला 'दैवी धारांचा उपयोग' असे म्हणतात. हा शासकाचा सर्वांत मोठा विभाग आहे.

९. स्थानीक गुप्तहेर असण्याचा अर्थ आहे, शहरातील लोकांची सेवा करणे.

१०. आंतरीक गुप्तहेर शत्रुचे असे अधिकारी असतात, ज्यांचा उपयोग आपल्या द्वारा केल्या जातो.

११. परिवर्तीत गुप्तहेर ते असतात, जे शत्रुच्या गुप्तहेरांना नियंत्रणात ठेवतात आणि त्यांना आपल्या उद्देशासाठी उपयोगात आणतात.

१२. खोटे गुप्तहेर ते असतात, जे धाकेबाजी करून आपला उद्देश पूर्ण करण्यासाठी काही गोष्टी जाहीर स्वरूपात उपयोगात आणल्या जातात आणि आपल्या गुप्तहेरांना त्यांच्या संदर्भात माहीती करून घेण्यासाठी तयार केल्या जाते आणि मग शत्रुला रिपोर्ट केल्या जातो.

१३. सक्रीय गुप्तहेर ते असतात, शत्रुच्या छावणीत जातात आणि माहिती मिळवतात.

१४. म्हणून असे की केवळ गुप्तहेरांना सोडून कोणासोबतही पूर्ण सैन्याअंतर्गत संबंध ठेवले पाहिजेत. कोणालाही मोठ्या उदारपणे नाही वागवल्या पाहिजे आणि कोणत्याही कार्यात अधिकाधिक गुप्तता पाळल्या गेली पाहिजे.

१५. गुप्तहेरांना एक निश्चित बंधनाशिवाय उपयोगात आणायचे म्हणून नियुक्त नाही केल्या जाऊ शकत.

१६. परोपकार आणि इमानदारीशिवाय त्यांचे व्यवस्थित व्यवस्थापन नाही केल्या जाऊ शकत.

१७. मन सरळ असल्याशिवाय कोणीही त्याचा रिपोर्ट खरा आहे असे म्हणू शकणार नाही.

१८. सूक्ष्म बना ! आणि प्रत्येक प्रकारच्या कामात आपल्या गुप्तहेरांचा उपयोग करा.

१९. वेळेच्या आधीच एखादी गुप्त माहीती गुप्तहेराकडून उघड झाली तर त्याला त्याच दिवशी त्या व्यक्तीसह मारून टाकायला हवे, ज्याच्याकडे ही माहीती उघड केली आहे.

२०. उद्देश एखाद्या सैन्याला चिरडून टाकण्याचे असेल, एखादे शहर नष्ट करण्याचे असो, किंवा एखाद्या व्यक्तीची हत्या करणे असो, सुरूवात करण्यासाठी शत्रु-परिचारक, सहायक ठिकाणं, द्वारपालक, आणि सेनानायकाच्या पहारेकऱ्यांना योग्य माहिती असायला हवी. यांचा शोध घेण्यासाठी आपले गुप्तहेर पूर्णपणे सक्षम असायला हवेत.

२१. शत्रुचे गुप्तहेर, जे आपल्यावर नजर ठेवायला आले आहेत. त्यांना लालूच देऊन भ्रमीत करणे, दूर घेऊन जाणे आणि अरामात ठेवणे गरजेचे आहे. ते परिवर्तीत गुप्तहेर बनले जातील आणि आपलीच सेवा करू लागतील.

२२. या परिवर्तीत गुप्तहेरांच्या माध्यमातून मिळवलेली माहिती आपण स्थानीक आणि आंतरीक गुप्तहेरांची माहीती शत्रुच्या गटातून प्राप्त करू शकतो.

२३. या माहीतीच्या आधारे आपण खोट्या गुप्तहेर बनवू शकतो, जे खोटी माहीती शत्रुकडे घेऊन जातात.

२४. शेवटी, त्यांच्या माहीतीच्या आधारे सक्रीय गुप्तहेरगिरीचा उपयोग ठरलेल्या वेळी केल्या जाऊ शकतो.

२५. गुप्तहेरांचे अंतिम उद्देश सर्व पाचप्रकारे शत्रुकडील माहीती प्राप्त करणे आहे आणि ही माहिती सर्वप्रथम परिवर्तीत गुप्तहेरांच्या माध्यामातून मिळवल्या जाऊ शकते. म्हणून हे गरजेचे आहे की, परिवर्तीत गुप्तहेरासोबत अत्यंत उदारतापूर्वक व्यवहार केल्या जावा.

२६. प्राचीन काळात यिन वंशाचा उदय आई ची मुळे झाला होता. ज्याने हसिया शासनाच्या अंतर्गत सेवा केली होती. अशाप्रारे चाउ वंशाचा उदय लू मुळे झाला होता. ज्याने यिनच्या सांगण्यावरून कार्य केले होते.

२६. अशाप्रकारे हा केवळ प्रबुद्ध शासक आणि बुद्धिमान जनरल आहे, जो गुप्तहेरगिरीच्या उद्देशासाठी सेनेच्या सर्वोच्च बुद्धिचा उपयोग करील आणि अशाप्रकारे तो महान परिणाम प्राप्त करील. गुप्तहेर सर्वात महत्त्वपूर्ण तथ्यांना पेरून ठेवण्याचे हत्यार असते. कारण त्याच्यावर सैन्याची यशस्वीपणे आगेकुच करण्याची क्षमता अवलंबून असते.

***